मैत्रीण

दिलीपराज प्रकाशन प्रा.लि. ™

२५१ क, शनिवार पेठ, पुणे - ४११०३०.

दिलीपराज प्रकाशनाची सर्व पुस्तके आता आपण **Online** खरेदी करू शकता.

आमच्या **Website** ला कृपया एकदा अवश्य भेट द्या. अथवा **Email** करा.

Email - diliprajprakashan@yahoo.in I www.diliprajprakashan.in

मैत्रीण

(कथासंग्रह)

सौ. सुनीता ओगले

दिलीपराज प्रकाशन प्रा. लि.™
२५१ क, शनिवार पेठ, पुणे - ४११ ०३०.

मैत्रीण / *Maitreen*

ISBN : 978 - 93 - 5117 - 019 - 8

प्रकाशक ।
राजीव दत्तात्रय बर्वे । मॅनेजिंग डायरेक्टर ।
दिलीपराज प्रकाशन प्रा. लि. । २५१ क, शनिवार पेठ ।
दूरध्वनी क्रमांक (फॅक्ससहित)
२४४७१७२३ । २४४८३९९५ । २४४९५३१४

© प्रकाशकाधीन
सौ. सुनीता ओगले
१/१४, तारा रेसिडेन्सी,
'सिटी प्राईड'समोर । कोथरूड, पुणे ४११०३८

मुद्रक । Repro India Ltd, Mumbai.

प्रथमावृत्ती । १५ डिसेंबर २०१४

प्रकाशन क्रमांक । २१७८

अक्षरजुळणी । सौ. मधुमिता राजीव बर्वे
पितृछाया मुद्रणालय । ९०९, रविवार पेठ । पुणे ४११००२.

मुद्रितशोधन । एस. एम. जोशी

मुखपृष्ठ आणि आतील चित्रे । शिरीष घाटे

ती. कै. बाबांना...

बाबा (ती. भालचंद्र कृष्ण तथा बी. के. देसाई), तुमच्यामुळे आम्हाला उच्च अभिरुचीच्या वाचनाची आवड आणि मग सवय लागली. ती पुरवण्याकरता आमच्यासाठी अक्षरशः घर भरून पुस्तके उपलब्ध केलीत. तुमच्या त्या देण्याची ही अल्प उतराई...

— तुमचीच, सुनीता

मनोगत

लहानपणापासून म्हणजे अगदी न कळत्या वयापासून बाबांना मी वाचताना बघत आले. ते जेवताना, दाढी करताना, बस स्टॉपवर लाइनीत उभे असताना, बसमध्ये उभ्याने, घरातली कामं करीत असताना... वाचतच असत. त्यामुळे 'वाचन' ही सवय आमच्या अंगात न कळतच मुरली. 'पुस्तकांशिवाय घर असू शकतं', ही कल्पना कधी पटलीच नाही. बाबांची श्रीमंतीची कल्पना म्हणजे 'मनात येईल तेव्हा, हवी तितकी पुस्तके विकता घेता यायला पाहिजेत', अशीच होती. त्यामुळे आमची वाचण्याची अगदी चंगळ होती. असं ३०/३५ वर्षे वाचता-वाचता एक दिवस मनात काही तरी उमलून आले, जे कागदावर उमटवल्याशिवाय राहवेना. अशी पहिली 'लव्हबर्ड' ही कथा लिहिली. मग प्रत्येक प्रसंगात कथाबीज दिसू लागले. इस्त्रीचे कपडे द्यायला एका अगदी छोट्या टपरीवर जायला लागत असे. तिथे एक माणूस कायम उभा असे. तेव्हा मनात येई— 'आधीच हे एवढंसं दुकान; त्यात हा माणूस इथे कायम उभा. शी:!' मग एक दिवस मनात अचानक आलं... समजा— अगदी कुठे तरी अनोळख्या ठिकाणी, रात्री-अपरात्री जर मी एकटीच कुठल्या अडचणीत असेन आणि तिथे जर हा माणूस दिसला, तर तिथे हा मला 'ओळखीचा' माणूस वाटेल अन् मग यातून 'आप्त' ही गोष्ट फुलली.

मग मनाला असा चाळाच लागला— मिळालेलं कथाबीज पुढे कसे फुलत जाईल? आसपास घडणारे, मनाला त्रास देणारे,

दिलासा देणारे प्रसंग नकळत कुठे तरी गुंफले जाऊ लागले. मग मनाचीच कमाल वाटली— 'किती अन् काय काय आत दडवून ठेवलंय!' ते सगळं कागदावर कुठे ना कुठे हळूहळू उतरत होतं. विपुलश्री, साप्ताहिक सकाळ, मिळून साऱ्याजणी यांसारख्या मासिकात लिहिलेलं छापूनही आलं; तरी त्या लिहिण्यात सातत्य नव्हते. सगळे लहरी काम होते. पण मग पती अविनाश आणि मुलं जुईली व केदार यांनी आग्रह धरला की 'तुला ही जी लिखाणाची देणगी मिळाली आहे, तिचा तू योग्य आदर कर.' आणि मग जाणीवपूर्वक लेखन होऊ लागले. तरी पण 'या लिखाणाचे पुढे काय?' असा काहीही विचार मनात नव्हता. पण आमचे अगदी जवळचे स्नेही राजीव आणि मधुमिता बर्वे यांनी कथासंग्रह प्रकाशित करण्यासाठी प्रोत्साहन दिले आणि ते प्रत्यक्षातही आणले.

या पहिल्या-वहिल्या पुस्तकाच्या निमित्ताने मी प्रथम आभार मानते ते माझ्या लिखाणाचेच! कारण त्या निमित्ताने मनात आतवर दाबून टाकलेल्या खूपशा गोष्टींचा निचरा झाला. काही गाठी अलगद सोडवल्या गेल्या, काही घटना जरा तटस्थपणे पाहता आल्या आणि त्यामुळे त्यांतून काही वेगळे अर्थ सापडले. पण एकंदरीत खूप छान वाटले. माझी आई— ललिता देसाई— जिने माझ्यावर संस्कार करून एक सुंदर स्त्री घडवली, तिचीही मी ऋणी आहे. And last but not the least, माझ्या लिहिण्याच्या आळसाबद्दल मला सतत बोलणारे अविनाश, जुईली आणि केदारची मी अत्यंत आभारी आहे; कारण त्यांच्याशिवाय हे पुस्तक पूर्ण झालेच नसते.

परत एकदा राजीव बर्वे व मधुमिता बर्वे यांनी घेतलेल्या परिश्रमाबद्दल त्यांचे आभार मानून हे पुस्तक वाचकांसमोर ठेवते.

– सौ. सुनीता ओगले

अनुक्रमणिका

१.
मैत्रीण

लेबररूममध्ये मी तिचा हात धरून उभी होते. तिच्या चेहऱ्यावरून माझ्या लक्षात आले की परत कळ येते आहे. ओठ घट्ट आवळून, दातावर दात दाबून पूर्ण ताकदीने तिने ती कळ सोसली. एका हाताने माझा हात तितकाच जोरात दाबला. तिच्या चेहऱ्यावरचा घाम मी नॅपकिनने पुसून काढला. वेदनेतूनही ती हलकेच हसली. आता मात्र तिच्या हातातला माझा हात दुखायला लागला. कारण तिची प्रत्येक कळ माझ्या त्या हातावर उमटली होती. 'परमेश्वरा, राणीची सहीसलामत सुटका कर रे बाबा' ही प्रार्थना कितव्यांदा मी मनात केली ते एका त्या परमेश्वरालाच ठाऊक. बाहेर हॉस्पिटलच्या कॉरीडॉरमध्ये आनंद आणि मिलिंद एकमेकांना धीर देत फेऱ्या मारत होते. खरं तर दोघेही घाबरले होते. पण उसनं अवसान आणून दुसऱ्याला धीर देत होते. मिलिंदला डॉक्टरनी विचारलंही होतं की 'आत लेबररूममध्ये येणार का?' पण त्याची काही हिमंत झाली नाही. आम्हाला इथे येऊन तीन तास उलटून गेले होते. पण पहिलटकरणीला इतका वेळ लागतोच. डॉक्टर सतत येऊन तपासून जातच होते. ते म्हणाले, 'काही काळजी करू नका. आईची आणि बाळाची तब्येत उत्तम आहे. उगीच आपण घाई कशाला करायची? natural delivery is the best !' त्यामुळे मी तशी थोडीशी निश्चिंत होते. पण माझ्या मनाच्या कोपऱ्यात एक वेगळीच चिंता मूळ धरत होती. आजपर्यंत ही माझी चांगली मैत्रीण होती. आता तिला तिची मैत्रीण मिळाली की आमच्या मैत्रीत खंड तर पडणार नाही ना? इतक्या वर्षांची आमची अखंड मैत्री!

"अगं, तुला खूप छान हेल्दी आणि गोड मुलगी झालीए बरं का!" असं म्हणून डॉक्टरनी तिला स्वच्छही न करता तशीच माझ्या पोटावर ठेवली. तो आमचा प्रत्यक्ष भेटीचा पहिला क्षण. तो ऊबदार गरम स्पर्श जणू माझ्या पोटावर कोरला गेलाय. अजूनही वाटतं, की हात लावला तर ती असेल तिथे. हातपाय हलवत, तिच्या परीने सर्व जगाचा निषेध करत, ठयाँ रडत. थोड्या वेळाने माझे बाबा हॉस्पिटलमध्ये आले. तिला बघितल्याबरोबर म्हणाले, "अरे, हा तर दुसरा आनंद. दिसायला अगदी बाबांवर गेलीय." मला इतका राग आला. ही-ही पूर्ण माझी आहे तिचं दिसणंसुद्धा दुसऱ्या कोणासारखं नाही. अगदी तिच्या बाबांसारखही नाही. हा ठेवा माझ्या एकटीचा आहे. तिला हातात घेऊन मी विचार करत होते. काय हा परमेश्वरी चमत्कार! हे इतकं सुंदर नाजूक फूल माझ्या कुशीतून उमललंय? याचा सांभाळ करणं, वाढवणं जमेल मला? इतकी शारीरिक आणि मानसिक ताकद आहे का माझ्याकडे? या माझ्या सर्व प्रश्नांवर तिचं अँव असं गोड उत्तर आलेलं मला स्पष्ट आठवतंय. तिसऱ्या रात्री नर्सने ते दुपट्यात घट्ट गुंडाळलेलं मऊ गाठोडं माझ्या जवळ आणून दिलं आणि म्हणाली. "आजपासून आता रात्रीचं पण जवळ घेऊन झोपा." माझी भीतीने गाळणच उडाली. 'कसं शक्य आहे हे. ही इतकीशी कॉट. त्यात या बाळाला जवळ घेऊन झोपायचं? समजा, मला रात्री गाढ झोप लागली आणि झोपेत माझा हात तिला जोरात लागला किंवा मी वळले आणि ही माझ्या अंगाखालीच आली तर? छे,छे...रात्री आपल्याला गाढ झोप लागून चालणार नाही.' सकाळी हे सगळे विचार आईला सांगितले तर ती हसतच सुटली. म्हणाली. "म्हणजे मूल झाल्यावर बाई झोपतचं नाही की काय? सगळी सवय होते. गाढ झोपेतही आई मुलाला जपतच असते." खरंच, सगळ्याची कधी सवय झाली ते कळलंही नाही. पाळण्यात गाढ झोपलेली असली की नाजूक कळीचीच आठवण यायची. म्हणून नावं ठेवलं कलिका. कलिकाच्या नादात दिवस रात्रींचा हिशोब जणू सुटलाच होता. दुधाची वेळ, झोपायची-उठण्याची वेळ आणि शी-शूची वेळ. एवढीच काय ती कालगणना होती. तिची प्रत्येक गोष्ट करण्यात खूप आनंद वाटत होता. म्हणून तर आईकडून परत आल्यावर अंघोळीलाही बाई न ठेवता मीच अंघोळ घालायची. उगीच कोणी भागीदार

नको. अंघोळ झाल्यावर त्या गोऱ्या गुलाबी अंगाची मनसोक्त पापी घ्यायची, मगच तिला कपडे घालायचे.

दिवस पळतच होते. माझं जग मात्र पूर्णपणे तिच्यात गुरफटलेलं होतं. आता पालथी पडायला लागली. आता रांगायला लागली. आज भरवताना माझ्या बोटांना तिच्या दातांचं उगवलेलं टोक लागलं! माझ्याकडे बघून गोड हसून जेव्हा कलिका झेप घ्यायची आणि मला बिलगायची, तेव्हा जणू जगातली सगळी सुखं माझ्या कवेत असायची. एकदा कसलंसं इंजेक्शन देण्यासाठी कलिकाला डॉक्टरकडे घेऊन गेले होते, त्यांच्या तपासायच्या टेबलावर ठेवल्याबरोबर तिने हातपाय सैल सोडले आणि डोळे फिरवले. ते बघून माझ्या डोक्यापासून पायापर्यंत सर्वांगाला घाम फुटला. इतकी मी घाबरले. पण डॉक्टर शांत होत्या. त्या म्हणाल्या, "कलिका मला ओळखायला लागली आहे. तिने श्वास धरलाय. तिच्या कुल्ल्यावर जोरात चापट मारा किंवा जोरात चिमटा काढा." "काऽऽऽय?" माझा आवाज ओळखू न येण्याइतका चिरकला होता. 'इतक्या लहान जिवाला फटका मारायचा?' माझी अवस्था बघून डॉक्टरांनीच ते काम केले आणि कलिका जोरात रडायला लागली. मी म्हटलं, "डॉक्टर, हे सगळं काय होतं?" त्यावर त्या म्हणाल्या 'ही मुलगी अत्यंत हुशार आहे. पाचव्या महिन्यात ही मला ओळखायला लागली आहे. अवघ्या पाचव्या महिन्यात तिच्या हे लक्षात यायला लागलं आहे की इथं आणलं की इंजेक्शन देतात आणि म्हणून श्वास धरून तिने तिचा निषेध दर्शविला. ह्या मुलीला बरोबर कह्यात ठेवा. नाहीतर ही तुमच्या डोक्यावर मिरे वाटेल. प्रत्येक वेळा तुम्हाला तिच्याहून हुशार होऊन कुरघोडी करायला लागणार?' आई होण्यातला मला मिळालेला हा पहिला धडा. थोडक्यात काय, नुसतं खायला दिलं आणि शी धुतली की आई होता येत नाही. तर आई होण्यात आणखीही बरंच काही असणार आहे. अशा रीतीने आमच्या दोघींच्यात एक बुद्धिबळाचा अदृश्य पट मांडला गेला. प्रत्येक खेळी अत्यंत सावधपणे खेळायची. कारण प्रतिस्पर्धी तुल्यबळ आहे. त्याच्याकडे गालावरच्या खळीसकट गोड हसू, मला बिलगण्यासाठी पसरलेले इवलेसे गोंडस हात— अशी एकाहून एक वरचढ अस्त्रं आहेत. गंमत म्हणजे यातल्या हरण्याला जिंकण्याइतकीच लज्जत आहे.

कलिकाचा शाळेचा (अर्थात के.जी चा) पहिला महिना म्हणजे माझ्या शांतपणाची व संयमाची कसोटी होती. रोज सकाळी उठल्यापासून ते शाळेची रिक्षा येईपर्यंत मला तिला निरनिराळी आमिषे दाखवावी लागत. तिथे किती मज्जा असते, हे परत परत सांगावे लागे आणि तरीही शाळेत रोज एका कोपऱ्यात माझ्या मांडीवर बसून राहून उलट तीच मला ही शाळा कशी वाईट आहे आणि तिला तिथे कसं आवडत नाही, हे पटवून देत राहायची. एक दिवस शाळेत टीचरनी तिला माझ्याकडून ओढून घेतली आणि मला घरी जायला सांगितले. तिच्या "आई गं ऽऽऽ आईऽऽ" या हाकांनी मी डोळे पुसतच घरी आले. तिच्या घरी येण्याच्या वेळी मी कधीची गेटमध्ये उभी होते. तर बाईसाहेब नाचतच रिक्षातून उतरल्या. अंगावर कुठलातरी निराळाच फ्रॉक. विचारलं तर निरागसपणे उत्तरली, "अगं, मी रडून रडून ओकली नं? म्हणून टीचरनी तोंड धुऊन नवा फ्रॉक दिला घालायला." यावर हसावं की चिडावं हेच मला कळेना. दुसऱ्या दिवशी सकाळ नेहमीसारखीच उगवली. परत माझा प्रश्न 'आज शाळेत जायचं नं?' यावर तिने अत्यंत अचंबित होऊन विचारले. 'रडून रडून ओकली तरी शाळेत जायचंच?' पण त्या दिवसापासून तिने शाळेत जावेच लागणार हे सत्य स्वीकारले आणि माझा तिच्या मनधरण्या करण्याचा वेळ आणि एनर्जी वाचली. ही शाळा मुलांपेक्षा मुलांच्या पालकांना स-ज्ञान करण्यात फेमस! त्यामुळे माझ्या आई होण्यातले नवनवीन धडे मला पालकसभेत मिळत होते. उदाहरणार्थ, 'तुम्ही रोज मुलांसमोर काहीतरी वाचा, लिहा. मुलं तुमचं अनुकरण करतील. ती सुद्धा हातात पुस्तक घेऊन बसतील, म्हणजे 'अभ्यासाला बस' असं वेगळं सांगायला लागणार नाही. जे नियम तुम्ही त्यांना घालाल ते प्रथम तुम्ही पाळा. जसं की T.V. समोर बसून जेवू नये, आपले कपडे नीट ठेवावेत. उलटून बोलू नये. तसेच स्वत:च्या बोलण्यातले अपशब्द जाणीवपूर्वक काढून टाका. कारण मुलांना कशाचेच अर्थ कळत नाहीत. ते फक्त ऐकलेले शब्द reproduce करतात.' थोडक्यात काय, तर प्रथम स्वत:ला नीट शिस्त लावा. कारण दोन निष्पाप डोळे २४ तास तुम्हाला निरखत, पारखत आहेत. शाळेच्या प्रिन्सिपॉलची भाषणे ऐकून जाणवले की, एक ओला मातीचा गोळा आपल्या हातात आला आहे. त्याच्या घडणीचा

पाया तयार करण्याचे काम आपले आहे. ही केवढी मोठी जबाबदारी आपण घेतली आहे, याची जाणीव आता व्हायला लागली. सवयीने सर्व पेलत गेले. कलिकाने एकटे-एकांडे वाढावे याला माझा व आनंदचा दोघांचाही नकार होता. 'भावंडाचे सुख' हा तिचाही हक्क होता. sharing चे सुख म्हणा, किंवा दु:ख म्हणा, तिला कळायलाच हवे असे आमचे दोघांचे मत होते. परत एकदा नव्या उत्साहाने मी या सर्व अनुभवाला सामोरी गेले. हे नवे बाळ आपल्या दोघींचे आहे, या समझोत्यावर तिने गौतमचा तिच्या छोट्या भावाचा मनापासून स्वीकार केला. तो सुद्धा माझ्याही आधी तिलाच ओळखू लागला. तिच्याकडे बघून हुंकार देऊ लागला. रांगायला, चालायला लागल्यावर तर सतत तिच्या मागे असायचा. पुढे पुढे पद्धतीनुसार कलिकाला मित्रमैत्रिणींबरोबर खेळताना त्याची अडचण होऊ लागली. कारण पळापळी करताना तिला त्याच्यासाठी थांबावे लागे किंवा पकडापकडीत उगीचच आऊट व्हावे लागे. अशावेळी खेळता खेळता घरी येऊन चिडून मला विचारे, 'आई, तो तुला झालाय की मला? सारखा काय माझ्या मागे मागे येतो?' पळून पळून लालबुंद झालेली, चिडल्यामुळे गाल टम्म फुगलेले, केसांच्या झिपऱ्या तोंडावर आल्याहेत. घाम पुसत धापा टाकणारी ती माझी छोटी मैत्रीण बघितली, की मी पटकन तिला जवळ घेऊन तिची पापीच घ्यायची की तिचा पारा आणखीनच चढायचा. खसाखसा गाल पुसत म्हणायची 'पुसून टाकली तुझी पापी!'

हो. मैत्रीणच झाली ती माझी! तिच्याजवळ मी माझ्या मनातलं बोलू शकत होते. जी मला आणि जिला मी आरपार ओळखत होते. (आणि ज्याबद्दल ती वेळोवेळी 'जा बाई, तुला सगळंच खरं कळतं' असा निषेधही करत असे) माझ्यातला छोटासाही बदल ती टिपत होती. जरा जरी चेहरा उतरला, तरी पटकन विचारायची, 'आई, तुला बरं वाटत नाहीए का? अशी का दिसतेस? जरा वेळ बसं. दमलीस?' कलिका जेमतेम दहा वर्षांची होती. तापामुळे मी २/३ दिवस झोपून होते. ४ थ्या दिवशी ती शाळेतून आल्यावर दारातूनच विचारले, "आई, आज तुला बरं वाटतंय ना?" म्हटलं, "कशावरून ओळखलंस?" तर म्हणाली, "बाहेरची खोली आवरलेली आहे. म्हणजे तुला आज बरं वाटतंय आणि तू कामाला

लागली आहेस.'' या मैत्रीमध्ये मला तिच्या टीकेलाही भरपूर तोंड द्यावे लागत असे. तसेच आता आमची भांडणेही रंगू लागली होती. त्यातले रोजचे म्हणजे अभ्यास, व्यवस्थितपणा आणि जेवण. 'रोज रोज काय भाजी-पोळी खायची? नुसते वेफर्सनी पोट भरलं तर काय हरकत आहे? रोज अभ्यास का करायचा? शाळेतून आल्याआल्या युनिफॉर्म का बदलायचा?' शाळेत जाताना वेणी घालणे म्हणजे माझ्या डोक्याला ताप असायचा. कारण दुसरी घातली की पहिली वेणी नीट आली नाहीये हा साक्षात्कार बाईंना होत असे; की परत ती सोडून घाला. इतकं करूनही हिच्यापेक्षा ही थोडी वाकडीच आलीये, असा शेरा आरशासमोर उभं राहून येत असे. वर आणखी त्या प्रियंकाच्या वेण्या किती छान असतात. तिच्या आईला कशा छान वेण्या घालता येतात. ही फोडणी असे. त्यावर मी वैतागून म्हणायची, ''रोज सकाळी वेणी घालायला तिच्याकडेच जात जा. सांग, म्हणावं, माझी आई इतकी बावळट आहे की तिला नीट वेण्यासुद्धा घालता येत नाहीत.'' वाढत्या वयानुसार अमकीची आई किती छान, हुशार, किती सुगरण वगैरे वगैरे शोध कलिकाला लागू लागले. थोडक्यात काय, तर आमची आई किती वेंधळी, ढ, गावंढळ, इ.इ. माझ्या आईपणाच्या घडणीतले हे नवे नवे छिन्नी हातोड्याचे घाव मी झेलत होते. हे पैलू मला पुढे सासू झाल्यावर नक्की उपयोगी पडतील, सुनेने केलेली टीका झेलणं थोडं सोपं जाईल.

कलिका व गौतमबरोबर मी परत एकदा नव्याने लहानपणापासून मोठी होत होते. आमच्यातले प्रत्येक भांडण, प्रत्येक वाद मला नवी दृष्टी देत होता. कुठल्याही प्रश्नांचा मी आता लहान होऊन आणि मोठी होऊन असा दोन्ही बाजूंनी विचार करत होते. म्हणजे समजा, अभ्यास चालू असताना अचानक पावसाची जोरदार सर आली तर आत्ताच homework करणे महत्त्वाचे, की इतका मस्त पाऊस पडतोय तर भिजायला जाणे जरुरीचे? किंवा ऐन एप्रिलमध्ये परीक्षा दोन दिवसांवर आली असताना समजा, बाजारात सहसा न दिसणाऱ्या लाल चिंचा दिसल्या तर होणाऱ्या सर्दी खोकल्याची काळजी करावी, की त्या घरी नेल्यावर दोघांच्या चेहऱ्यावरचा आश्चर्यमिश्रित, आनंद निरखावा? सतत उद्याची चिंता करत न बसता आला क्षण समरसून उपभोगावा हा धडा काही प्रमाणात

मी या प्रश्नांमधून शिकले. वाढत्या वयानुसार माझी दोन्हीही मुले माझी friends आणि guide बनू लागली. माझे प्रश्न सोडवण्यासाठी त्यांचा सहभाग असायचा. अशाच एका discussion मध्ये कलिका इतक्या सहजपणे म्हणाली, "आई, अजून किती आमच्यात गुंतून राहणार आहेस? जरा आमच्यातून बाहेर पडून स्वतःचं विश्व तयार कर." मी चमकून तिच्याकडे पाहिले. जीवनातला इतका मोठा धडा देण्याइतकी ही मोठी कधी झाली? कलिका हसून म्हणाली, "बघतेस काय अशी? खरंच म्हणतेय मी? प्रत्येक गोष्टीत आमच्यासाठी थांबून काय राहतेस? जा, तुझी तू एॅन्जाय कर. मैत्रिणीबरोबर भटक, हॉटेलात, सिनेमाला अगदी प्रवासालाही जा. आम्हाला पुढचं सगळं आयुष्य पडलयं, पण तू आत्ता नाही केलंस तर कधी करणार?" या गोष्टीवर नुसता विचारच नाही, तर अंमलबजावणी करणंही मला भाग पडलं. थोडक्यात काय तर, 'मी मुलांना घडवतेय की मुलं मला!' अशी परिस्थिती होती. या अभ्यासक्रमातला पुढचा धडा म्हणजे, उगीचच आमची काळजी करू नका आणि त्यापायी आमच्यावर बंधने घालू नका. आम्ही आता मोठी झालो आहोत उगीच फार काळजी करून आम्हाला भित्रट बनवून ठेऊ नका. चला !! म्हणजे काळजी करण्यावरही बंधने घालायची.

माझ्या या उमललेल्या कळीला कॉलेजचे वारे लागल्यावर तर काय 'परमेश्वराने सगळी अक्कल फक्त आपल्यालाच दिली आहे.' याची खात्रीच पटली आणि घराची वेळी अवेळी युद्धभूमी होऊ लागली. भांडणाच्या पार्ट्या फक्त बदलायच्या. गौतम विरुद्ध कलिका, बाबा विरुद्ध मुलं, आई विरुद्ध मुलं अशा वेगवेगळ्या टीम्स् पडायच्या. प्रत्येक सूचनेला 'का पण?' असे उत्तर मिळू लागले. शिस्त पाळणे हा तर केवळ मूर्खपणा ठरू लागला. अंघोळ, जेवण, झोप यांची ठरावीक वेळच कशासाठी? T.V. समोर बसून जेवलं तर काय हरकत आहे? कपाटं कशासाठी आवरायची? पसारा का आवरायचा? सगळं कपाटात कोंबून, कुलूप लावून टाकलं तर काय झालं? तू सांगितलेलं काम केल्याशी कारण नं? अमुक वेळेलाच झालं पाहिजे हा तुझा अट्टहास का? या प्रश्नांशी झुंजताना माझ्या मेंदूचा भुगा पडू लागला. बरं, गंमत अशी की माझी दोन्ही मुलं बाहेर आदर्शपणाचे नमुने! दोघांच्या मित्र-मैत्रिणींच्या

आया आपापल्या मुलांना या दोघांची उदाहरणे द्यायच्या. वर मलाही डोस मिळे, ''किती हो तुमची मुलं गुणी.'' हे म्हणजे तोंड दाबून बुक्क्यांचा मार सहन करायचा. अशावेळी कलिका गालात हसत हसत विजयी मुद्रेने माझ्याकडे बघत असे. परत घरी आल्यावर ''बघा, जग-दुनियेला आमचं कौतुक आहे पण आमच्या आईला नाही!'' हा शेरा निमूटपणे गिळावा लागे. एकदा वैतागून कलिकाला याचे स्पष्टीकरण विचारले. तर बया हसत म्हणाली, ''आम्ही बाहेर खूप गुणी मुलांसारखेच वागतो.'' ''पण मग घरी काय होतं तुम्हाला?'' या प्रश्नावर ती शांतपणे उत्तरली, ''मग वाईट कुठे वागणार आम्ही? मनाला हवं तसं वागता येण्यासाठीच घर असतं नं?'' यावर मी खरोखरच निरुत्तर झाले. विचार केला, की लवकरच ही आता नव्या जीवनात प्रवेश करेल. नव्या घरी जाईल. एकदा का ते जबाबदारीचे जू मानेवर घेतले की, आयुष्यभर खाली ठेवता येणार नाही. आत्ताचाच हा काळ असा आहे की ज्यात नियमांची चौकट थोडी लवचीक करता येईल. आत्ताशी तर हे माझे पिल्लू थोडसं स्वतंत्र उडायला शिकलं आहे. मारू दे मनसोक्त भराऱ्या. एकदा का ती माझ्या भूमिकेत आली की प्रत्येक पाऊल जपून, विचाराने टाकायचेच आहे.

''आई...'' ''अगं काऽऽय? कितव्यांदा हे आई, आई?''
''चिडू नकोस गं, तू चिडलीस की मला काही सुचतच नाही बोलायला.'' ''ठीक आहे नाही चिडले! बोला कोण आहे तो? काय नाव?'' ''ऑऽऽ, तुला काय माहीऽऽत! कसं कळलं?'' कलिका जवळजवळ किंचाळलीच. ''काय आहे नं, की तू माझ्याच पोटातून आलीएस, तुम्हाला मी विकत नाही आणलं कुणाकडून. त्यामुळे काय आहे नं, की मला जरा जास्तच कळतं तुमच्याविषयी! हं, सांगा आता'' ''शीऽ बाई अशीच आहेस तू. सगळंच ओळखतेस'' ''पुरे मुद्द्याच बोला. नाव काय?'' ''मिलिंद. मिलिंद जोशी M.Tech झालाय. कंपनीत आहे नोकरीला. अगं, त्या चित्रालीचा मावसभाऊ आहे तो. तिच्या ताईच्या लग्नातली ओळख आमची. म्हणजे त्याने Propose केलंय, पण मी अजून नक्की तसं काहीच सांगितलेले नाहीए त्याला. मी म्हटलं, मी आधी आईला विचारते. तर तो म्हणाला, ''मी पसंत आहे का तुला?'' तर मी म्हटलं,

"तेच नं, तेच मी आईला विचारते!!" आणि मग मला एक घट्ट मिठी आणि दोघींच्याही डोळ्यांतून गंगाजमुनांचा पूर! त्यानंतरचे सहा महिने म्हणजे जणू एखाद्या उंच मोठ्या चक्रात मेरी गो राऊंडमध्ये बसल्यासारखे गेले. मन जसं काही बधिर झाले होते. परमेश्वराने माझ्या सर्व शुभेच्छा फळाला आणलेल्या होत्या. मिलिंदचे घर अगदी छान होते. त्याचे आई-वडील, भाऊ सर्वजण समंजस व सुसंस्कृत होते. त्यामुळे कलिकाचे लग्न म्हणजे जणू आनंदसोहळा झाला. गेली २२ वर्षे मी ज्या क्षणांची मानसिक तयारी करत होते, तो पाठवणीचा क्षण येऊन ठेपला होता. कलिका पत्नी, सून, भावजय इ. भूमिका पार पाडण्याइतकी मोठी झाली आहे. ही गोष्ट मान्य करायला माझे मनही अजून तयार नव्हते. माझ्या मनात अजूनही ती दोन घट्ट वेण्या आणि युनिफॉर्म घालून सायकलवरून शाळेत जाणारी, जाता जाता वर बघून गॅलरीत उभ्या असलेल्या मला टाटा करून जाणारी कलिकाच होती. तिची इतक्यात पाठवणी करायची? 'पाठवणीच्या वेळी शक्यतो आपण रडायचे नाही. कारण मग तिचाही न रडण्याचा निश्चय ढासळेल' हा आमच्यातला अलिखित करार पाळताना आम्हाला प्रचंड कष्ट घ्यावे लागले. पण तिच्या सासूबाईंनीही ज्या मायेने तिला जवळ घेतली, ते बघून माझी व आनंदची बरीच काळजी कमी झाली. सासरेही म्हणाले "अहो, आम्हाला मुलगी नसल्यामुळे आमच्या तिघांपुढे मिलिंदची आई एकटी पडायची पण आता तिला भिडू मिळाला, त्यांची पार्टी जड झाली. आता दोघी मिळून आम्हाला गप्प करतील." त्यांच्या या वाक्यावर आम्ही फक्त नजरेनेच कृतज्ञता व्यक्त करू शकलो.

कलिका त्या घरात साखरेसारखी विरघळली. तिने माहेरी राहायला यायचे म्हटले की मिलिंदबरोबर इतर तिघांनाही जड जाऊ लागले. सासूबाई तिच्यावर खूश होत्या. त्या जेव्हा माझ्याकडे तिच्या शहाणपणाचे किस्से सांगत तेव्हा कलिका माझ्याकडे मिष्किल बघून हसे. कसं काय कोण जाणे, पण त्या आनंदाच्या क्षणीसुद्धा माझे डोळे भरून येत. पण तेव्हासुद्धा मिलिंद व त्याच्याघरचे लोक माझ्या व कलिकेच्या मैत्रीच्या मध्ये आलेत, असं कधीच मला वाटलं नाही. उलट आत्ता आमची मैत्री अधिकच घट्ट झाली होती. त्याला एक नवा पैलू आला होता. आमच्या नात्याला एक woman to woman असा नवा पदर आला होता. 'कसे

नं हे पुरुष, विशेषत: नवरे...!!' हा एक नवा विषय आमच्या बोलण्यात वाढला होता. तिच्या रोजच्या सांसारिक अनुभवातून तिला झालेला साक्षात्कार म्हणजे "आई, you are great!! कसा काय तू इतके वर्ष संसार करतेयस?"

आज लेबररूममध्ये मी तिच्याजवळ उभी आहे, तेव्हा एकच भुंगा माझे मन कुरतडतोय. गेल्या पंचवीस वर्षांची आमची घट्ट मैत्री! त्यात वेगवेगळी वळणे आली, चढउतार आले, वेळेला ४-५ दिवसांचे अबोलेही झाले. पण मैत्री अखंड राहिली. पण आज माझ्या लेकीच्या उदरातून अशीच एक नाजूक कळी जन्माला येणार. ती जर मुलगी असेल तर... म्हणजे कलिकाला तिची मैत्रीण मिळणार! मग माझं काय? मी एकटी राहणार?... तेवढ्यात माझा हात करकचून आवळला गेला आणि कलिकाची जोरदार किंकाळी ऐकू आली. डॉक्टर तयारीतच होत्या. क्षणार्धात एक लालबुंद गोळा त्यांच्या हातात होता. त्या गोळ्याला आईपासून सोडवून त्यांनी माझ्या हातात ठेवला आणि म्हणाल्या, "घ्या आजीबाई, तुमची नात!" त्या उबदार स्पर्शाने मी जगाचे भान विसरले. डोळ्यांतल्या पाण्याने सर्व जग धुरकट झाले. उराशी घट्ट कवटाळून मी तिला म्हटले "नाही गं राणी, तुझ्यामुळे माझी मैत्रीण मला मुळीच दुरावली नाही. उलट आजपासून आपल्या तिघींच्या मैत्रीची तिपेडी वीण विणली जाईल." जोरदार टँहँ... करून आमच्या त्या नव्या मैत्रिणीने सहमती दर्शवली. एकवार तिचा मुका घेऊन, हसतच मी तिला कलिकाच्या पोटावर ठेवली.

❐❐

२.
का रे भुललासी

स्वाती -

"तुला छान हेल्दी मुलगा झालाय गं!'' डॉक्टरांच्या या वाक्याने मी एकदम हिरमुसून गेले. यशच्या वेळी याच वाक्याने अगदी कृतकृत्यतेची भावना मनात आली होती. यश माझं पहिलं बाळ. माझ्या आणि शरदच्या सुखी संसारवेलीवरचं पहिलं फूल, फळ! किती किती आनंद झाला होता त्याच्या जन्माचा! अगदी दिवस राहिल्याचं जेव्हा कळलं तेव्हापासून तो सुखसोहळा सुरू झाला होता. शरदशी लग्न झाल्याला दोन वर्ष पूर्ण झाली आणि सूचक प्रश्न चहूबाजूंनी यायला सुरुवातच झाली होती. काय पुढे काही प्रगती? गुड न्यूज कधी मिळणार? इ. इ. त्यामुळे मलाही उत्सुकता लागलीच होती. जेव्हा त्या गोड बातमीवर शिक्कामोर्तब झाले; तेव्हा दोन्ही घरी अगदी आनंदीआनंद झाला होता. पुढचे महिने मला जपण्यात आणि माझी कौतुक करण्यात कसे पटकन निघून गेले होते आणि या सर्वांवर कळस म्हणजे यशचा जन्म! वा! पहिलाच मुलगा! तोही छान गोरागोमटा, सुदृढ, भरपूर जावळ! माझ्या आईला आणि सासूबाईंना तर त्याला कुठे ठेऊ आणि कुठे नको असेच झाले होते. आईने अत्यंत निगुतीने माझे बाळंतपण केले. कुठे कशाला कमी पडू दिले नव्हते. बाळाचे नावही यश ठेवले होते. जणू त्याच्या उज्ज्वल भवितव्याची नांदीच! यशलाही जणू ते कळले होते. त्याची वाढ खूप छान होत होती. त्याला जेव्हा कधी मी तयारी करून बाहेर न्यायची तेव्हा सासूबाई न चुकता त्याला तीट लावायच्या, म्हणायच्या,

"माझ्या बाळकृष्णाला कुणाची नजर नको लागायला.'' त्याच्या

गोऱ्या रंगाला रंगेबिरंगी कपडे खूप शोभायचे. तसंही आमच्या घरी गोऱ्या रंगाचं फार कौतुक होतं. कारण शरदच्या आई– माझ्या सासूबाई– अत्यंत गोऱ्यापान आहेत. शरद आणि शलाका, शरदची बहीणही आईसारखेच गोरे. आमच्या लग्नाच्या वेळीही माझ्या गोऱ्या रंगामुळेच त्यांच्या होकाराचे दान माझ्या बाजूला पडले होते. ही गोष्ट मी गेल्या तीन वर्षांत खूप वेळा ऐकली होती. त्यात आता गोऱ्यागोमट्या यशचीही भर पडली होती. त्यामुळे सासूबाई विशेष खूश होत्या. त्या जेव्हा यशला घेऊन नातेवाईकांमध्ये किंवा त्यांच्या मैत्रिणींमध्ये जायच्या तेव्हा 'शोभतोय की नाही माझा नातू!' असा तोरा त्यांच्या नजरेत तरळत असायचा. यशने आम्हाला कुठल्याच बाबतीत निराश केली नाही. त्याची प्रगती दिसामासाने व्यवस्थित होत होती. बुद्धीनेही तो तल्लख होता. जे शिकवू ते शिकत होता. बोबड्या बोलीत बोलत होता. आता काहीसा हट्टी झाला होता पण त्याचे हट्ट पुरवायला मी, शरद, सासूबाई, बाबा (सासरे) अशी पूर्ण पलटण तयार होती.

यश तीन वर्षांचा झाला तशी सासूबाईंनी सूतोवाच केले, ''आता आम्हाला अशीच छानशी नात द्या बुवा! भावाला बहीण हवीच. म्हणजे कसं तुमचं कुटुंब पूर्ण होईल!'' मलाही आताशी छान छान बाहुल्या पाहिल्या की मनात अशीच काहीशी इच्छा व्हायची. त्यामुळे मी आणि शरदने पूर्ण विचारांती निर्णय घेतला की ''यशला आता बहीण हवीच!!'' या वेळच्या माझ्या डोहाळ्यांकडे कुणाचं लक्ष नव्हतं. म्हणजे मुद्दाम नाही. पण यशची शाळा सुरू झाली होती. त्यामुळे माझी कौतुक करायला कुणाला वेळ नव्हता. गंमत म्हणजे यावेळी मला कसलाही त्रास होत नव्हता. कधी कधी शरद चिडवायचाही, ''राणीसाहेब, यशच्या मागे आता जरा कमी धावा. आपल्या पोटातही एक बाळ आहे, हे लक्षात ठेवा!'' खरंच, खूपच गुणाची होती माझी राणी. काहीही त्रास देत नव्हती. मी वेगवेगळ्या बाहुल्या, भातुकली, छान छान फॅशन्सचे छोटे फ्रॉक्स हे सगळे अगदी आसुसून बघायची आणि मनातल्या मनात त्या येणाऱ्या छकुलीला सजवत असायची. अशा गडबडीत नऊ महिने सरले. आज सकाळी मी पोटात दुखण्यानेच जागी झाले आणि दवाखान्यात आले. पण मुलगा झाल्याचे कळताच हिरमुसून गेले. त्या बाहुल्या, ते फ्रॉक्स, ती भातुकली सगळं तसंच मनात राहिलं आणि थकून मी डोळे मिटून घेतले.

माझी निराशा आईच्या लक्षात आली. तिने माझ्या डोक्यावरून हात फिरवत म्हटलं, ''वेडी आहेस का स्वाती तू? बघ बरं किती छान हेल्दी बाळ असणार आहे ते!'' मी डोळे न उघडताच नुसता हुंकार भरला. नंतर खोलीतही सासूबाई माझी समजूत काढत म्हणाल्या ''अगं, छान झालं, राम-लक्ष्मणची जोडी झाली बघं!'' जरा वेळानं नर्सने बाळाला खोलीत आणून माझ्याजवळ दिलं. त्याला बघताच माझ्याबरोबर त्यांचा चेहरा पडला. कारण बाळ छान हेल्दी होतं पण रंगानं सावळं, नव्हे काळंच होते. हो! आमच्या घरात जिथे गोऱ्यापान रंगाचा तोरा मिरवला जात होता, त्या घरात शरदचे वडील, माझे सासरे मात्र रंगाने काळे होते. माझं हे बाळ त्यांचा रंग घेऊन आले होते. क्षणभर कुणालाच काही सुचेना. सगळेजण गप्प झालो. तेवढ्यात माझा धाकटा भाऊ किशोर पुढे झाला आणि त्याने ''आपल्याला तर बुवा हा भाचा जास्त आवडला.'' असं म्हणून वातावरणातला ताण हलका केला.

अनय दिसामासाने वाढत होता. मुळातच तो शांत आणि खेळकर असल्यामुळे त्याचा फारसा काही त्रास नव्हता. त्यात सासूबाईंचं छोटसं आजारपण झालं त्यामुळे माझी धावपळ होत होती. यशचा अभ्यास, शाळा, घरातली कामं, सासूबाईंचं करणं यात मी थकून जात असे. त्यामुळे अनयला मुद्दाम उचलून घेऊन त्याच्याशी खेळणं होत नसे. तो आपला बाबांकडे, आजोबांकडे जास्त असे. तेच त्याला माझ्यापेक्षा जास्त सांभाळत. जसा अनय रांगू लागला तसा तो यशच्या मागे मागे असे. यशही त्याला उरापोटी उचलून घेत असे. दोघांची छान गट्टी होती. यशचे बघून बघून अनय सर्व काही शिकला. अगदी कपाने दूध पिऊ लागला. त्याच्याबरोबर सर्व काही खाऊही लागला. खरंच, बाबांची म्हणजे सासऱ्यांची मदत नसती तर माझी फारच तारांबळ झाली असती. कारण त्यांनी जणू अनयचा चार्ज घेऊन टाकला होता. ते त्याचं सर्वकाही पाहत होते. जणू तेच त्याला वाढवत होते. आमच्या एक लक्षात आलं होतं, अनय यशसारखा चुणचुणीत नव्हता, जरासा बुजराच होता. यश आता शाळेतही चमकत होता. दरवर्षी पहिल्या पाचात त्याचा नंबर असे. शाळेच्या इतर ॲक्टिव्हीटिजमधेही तो चमकत असे. अनयलाही यशच्याच शाळेत ॲडमिशन घेतली, ॲडमिशनच्या वेळी नेमक्या यशच्याच टीचर होत्या.

त्या एकदम न राहवून म्हणाल्या "काय? हा यशचा भाऊ? सख्खा? वाटत नाही!" हो! साधारणत: सर्वांची प्रतिक्रिया अशीच होत असे. याला कारण म्हणजे दोन्ही भावातला फरक! यश गोरापान, काळेभोर दाट केस, दिसायला आकर्षक, स्मार्ट! तर अनय दिसायला सावळा (खरं तर काळा) बुजरा, पटकन न बोलणारा!

अनय -

होय; मी काळा, बुजरा, पटकन उत्तरं न देणारा. थोडक्यात दादाच्या अगदी विरूद्ध, त्याला न शोभणारा. त्यालाच का, आई-बाबा, आजी यांनाही न शोभणारा. ते सगळेजण गोरेपान! मी मात्र आजोबांसारखा काळासावळा आणि बहुतेक म्हणूनच मी त्यांचा खूप खूप लाडका! मला जेव्हापासून आठवतंय तेव्हापासून मी सतत त्यांच्या मागे मागे असायचो. अगदी झोपायला सुद्धा त्यांच्याच कुशीत! आजोबा रोज रात्री मला वेगवेगळी स्तोत्रं शिकवायचे, गाणी म्हणायचे, गोष्टी सांगायचे, त्यांचं आणि माझं जणू त्या घरात एक वेगळं विश्व होतं. दादाशी माझी सतत होणारी तुलना मला आजोबांच्या आधारानेच सुसह्य व्हायची. सुरुवातीला मला "अगबाई, हा यशचा सख्खा भाऊ?" या वाक्याचा अर्थच कळायचा नाही. पण मग हळूहळू मला आमच्यातला फरक कळायला लागला. मग आतल्या आत घुसमटल्यासारखं व्हायला लागलं. कधीतरीच मी रात्रीच्या अंधारात डोळ्यांतलं पाणी लपवत आजोबांना विचारत असे. "आजोबा, देवाने मला पण का नाही हो गोरा केला. दादासारखा?" आजोबा फक्त मला कुशीत ओढून घ्यायचे आणि सुस्कारा टाकायचे. मग मलाही हळूहळू लोकांच्या या प्रतिक्रियेची सवय झाली. सोपं नव्हतं ते. पण आजोबांच्या आधारानेच हे मानसिक बळ मी मिळवलं! पण शाळेत जायला लागल्यावर माझ्या लक्षात आलं की काही ठरावीक वेळेला दादाला मी नको असतो. तो त्याच्या मित्रांमध्ये असताना मी त्याला ओळख दिलेली आवडत नाही. सुरुवातीला या सगळ्याचा खूप त्रास झाला. पण मग माझ्या लक्षात आले, की "काय रे यश, तुझा भाऊ इतका कसा काळा?" हे ऐकून घेण्यापेक्षा नवीन मित्रांमध्ये दादाला ओळख न दाखवलेलीच बरी!

दादाच्या गोऱ्या रंगात त्याचे बरेच गुण (?) झाकायची ताकद होती. म्हणजे आमच्यासाठी कुठल्याही गोष्टी आणल्या की त्यातली चांगली पटकन स्वत:साठी उचलणे (त्यावर आई व आजीची झणझणीत टिप्पणी! "अनय, असा कसा रे तू बावळट! पटकन ठरवून उचल की! तो बघ कसा पटकन डिसीजन घेतो!!") आवडत्या पदार्थातला जास्त भाग मटकावणे. तसेच न आवडणारी भाजी वगैरे मला संपवायला लावणे. त्याला प्रिय असणाऱ्या वस्तू, खेळणी माझा हात न पोचेल अशा उंचीवर ठेवून देणे; अशा इतरांना पटकन न लक्षात येणाऱ्या गोष्टीत तो तरबेज होता. तसेच स्वत:ची हुशारी तो मला वाकवण्यात वापरत असे. म्हणजे त्याची सगळी कामे तो गोड बोलून तर कधी चिडून माझ्याकडून करून घेत असे. शिवाय हे सगळं आमच्या दोघांशिवाय इतर कुणालाही कळणार नाही, याची पूर्ण दक्षता तो घेत असे. तसाही तो दिवसेंदिवस वाढणारे देखणेपण, त्याची अभ्यासातील प्रगती, स्मार्टनेस याने सर्वांच्या गळ्यातील ताईत होता. त्यामुळे मी मला खटकणाऱ्या गोष्टी कुणाहीकडे मोकळेपणाने बोलू शकत नसे. एक आजोबाच जे मला समजून घ्यायचे, माझी घुसमट समजू शकायचे. पण मी दहावीत गेलो आणि अचानक आजोबा देवाघरी गेले.

स्वाती -

आम्हाला सगळ्यांना तो खूप मोठा धक्काच होता. जेमतेम ८/१० दिवसांचं आजारपण ते काय आणि अचानक आमचे बाबा, म्हणजे माझे सासरे, आम्हाला सोडून जातात काय! त्यांना त्यांच्या मृत्यूची चाहूल लागली होती का काय कोण जाणे. पण आजारी पडण्याच्या चार दिवस आधी एके दिवशी दुपारी आम्ही दोघेच घरात असताना त्यांनी मला जवळ बसवले आणि म्हणाले, "स्वाती, तू अनयशी वाईट वागतेस, असं मला म्हणायचं नाही. पण त्याला जरा समजून घे गं! नाहीतर माझं ते गवतफूल कोमेजून जाईल. खूप गुणी पोर आहे तो! त्याच्या मनाचं मोठेपण तू आई म्हणून समजून घे!" खरंच! अनयचे आणि आजोबांचे असे काही गूळपीठ होते की मला त्यांच्याकडे फारसे बघायला लागत नव्हते. म्हणजे त्याला आजोबांनीच वाढवला असे म्हणायला हरकत नाही. मलाही सासूबाईंच्या

तब्येतीच्या कुरबुरी, घर, स्वयंपाक, शरदचे सततचे दौरे, या सर्वांमध्ये ही गोष्ट पथ्यावरच पडली होती. यशचे आजोबांशी मुळीच पटत नसे. त्यामुळे त्याचा अभ्यास मलाच घ्यावे लागे. अनयचा अभ्यासही आजोबा घेत असत. त्यामुळे आजोबांच्या जाण्याने अनय अगदी सैरभैर होऊन गेला. याचा परिणाम त्याच्या दहावीच्या रिझल्टवर झालाच. जेमतेम ७५ टक्के मार्क्स मिळवून तो दहावी झाला. यशने मिळवलेल्या ९० टक्यापुढे ते काहीच नाहीत. पण शरदने आणि मी आपल्या दोन्ही मुलांमध्ये सर्वच बाबतीत फरक आहे, ही गोष्ट पूर्वीच मान्य केली होती. त्यामुळे त्याच्या रिझल्टचा फारसा त्रास करुन घेतला नाही. अनयने कॉमर्सला जातो म्हटल्यावर आम्ही ते लगेच मान्य केले.

यश इंजिनियरींगमधेही दरवर्षी चांगले मार्क्स मिळवत होता. दिसायला तर जणू हिरोच होता. त्यामुळे मुली सतत त्याच्या मागे मागे असत. दर ४/६ महिन्यांनी कुठली तरी नवी मैत्रीण त्याच्या मोटारसायकलवरून फिरताना दिसत असे, घरी येत असे. सासूबाई आपल्या दरवेळी माझ्यापाशी म्हणत, "अग आता ही मुलगी नक्की आपली सून होणार बघ!" पुढल्या सहा महिन्यांत कुणीतरी नवी मैत्रीण यश घरी आणायचा. खरं तर मला हे वागणे फारसे पसंत नव्हते. याबद्दल त्याला छेडलं तर तो उडवून लावायचा. म्हणायचा, "अगं, मी तरी काय करू? या पोरीच माझ्यामागे लागतात. खरं तर मलाही बोअर होतं पण माझाही नाइलाज आहे आणि सुरुवातीलाच मी त्यांना clear करतो की, 'आपली मैत्री पुढे relation मध्ये वगैरे convert होणार नाहीये It is just for timepass.' हे ऐकून मनात कुठेतरी दुखायचं पण अहं सुखवायचा. सासूबाई तर यशच्या कौतुकात बुडालेल्या असायच्या.

त्यातच यशला अमेरिकेत Boston युनिव्हर्सिटीत admission मिळाली. मग काय, त्याच्या आजपर्यंतच्या academic कारकिर्दीला जणू चार चांद लागले. जणू हात आभाळाला लागले. दिवस तर आता जणू वाऱ्याच्या वेगाने पळत होते. 'यशची जाण्याची तयारी' यावाचून घरादाराला दुसरा विषयच नव्हता. प्रत्येक जण त्याच्याभोवती पिंगा घालत होता. अनय तर जणू त्याचा assistant झाला होता. दादाच्या तयारीसाठी इतकी धावपळ करत होता, की वाटावं नक्की कोण जाणारे? तोही तसा

जरा कावराबावराच झाला होता. कारण दादा म्हणजे अनयचे जणू दैवतच होतं. प्रत्येक गोष्टीत त्याला दादाचा सल्ला लागत असे. शरद मात्र या सर्वांतून थोडासा अलिप्तच होता. तो कधी कधी चेष्टेत म्हणायचाही, ‘किती पैसे हवेत तेवढे मला सांगा!! बाकी तुमच्या त्या गुंत्यात मला अडकवू नका.’’ तसाही सततच्या फिरतीमुळे शरद काहीसा आमच्यापासून दूरच होता. अर्थात त्याच्या जबाबदाऱ्या त्याने व्यवस्थित पार पाडल्या होत्या. शेवटी यशचा जाण्याचा दिवस उजाडला. सासूबाईंच्या डोळ्याला तर खळ नव्हता. मी मात्र मन घट्ट करून होते. हो, उगीच आकाशाकडे झेप घेणाऱ्या पिल्लांच्या पायात आपल्या अश्रूंच्या बेड्या पडायला नकोत. पण एअरपोर्टवर आमचा निरोप घेऊन यश आत गेला मात्र आणि माझे डोळे मला न जुमानता वाहू लागले. अनय माझ्यावर लक्ष ठेवूनच होता. त्याने मला मिठीत घेतले आणि थोपटत म्हणाला, “आई, आई अगं, मी आहे ना? उगी, रडू नकोस,’’ मला का कोण जाणे पण एकदम माझे सासरे डोळ्यांसमोर आले.

अनय -

आईला जवळ घेऊन थोपटताना का कोण जाणे मला तो लहान अनयच डोळ्यांसमोर येत होता. छोटा, जो आईच्या साडीला धरून म्हणत असे, “आई, आई मी पण आहे ना? बघ ना किती छान दिसतोय. माझी पण पापी घे ना!’’ आईने मला वाईट वागवले असे मी कधीच म्हणणार नाही. दादाच्या बरोबरीने माझे सगळे लाड केले. पण मस्त अंघोळ करून आल्यावर किंवा नवे कपडे घातल्यावर दादाला ती कसे पटकन जवळ घेऊन पापी घेत असे. तसं माझ्या वाट्याला येत नसे. मला वाटतं, हे लक्षात येऊनच आजोबा माझे जास्तच लाड करायचे. त्यामुळे माझ्या आठवणींमधे आई, बाबा, आजी यांच्यापेक्षा आजोबांच्याच आठवणी जास्त आहेत. तरीसुद्धा आईने किंवा आजीने दादाला जवळ घेतल्यावर मनात कळ उठत असे.

त्यामुळेच मी दहावीत असताना आजोबा अचानक देवाघरी गेल्यावर माझ्या मनाचा थारा सुटला. मला काही सुचेच ना! आधीच मी दादासारखा हुषार नाही. त्यात आता तर अभ्यासात लक्षच लागेना. मामाच्या ही गोष्ट

लक्षात आली आणि त्याने त्याच्या मुलीला, मनीषाला माझा अभ्यास घ्यायला सांगितला. मनीषा खरं तर अकरावीला होती. पण ती रोज आमच्याकडे यायची. माझ्याबरोबर अभ्यासाला बसायची. कधी आमच्याकडे तर कधी मामाकडे असे आम्ही अभ्यास करायचो. तिथेच माझी ललिताशी ओळख झाली. ललिता मनीषाची बिल्डिंगमधली मैत्रीण. ती पण दहावीला होती. त्यामुळे आम्ही एकत्रच अभ्यास करायचो. आमचं हे त्रिकूट ग्रॅज्युएशनपर्यंत टिकले. आम्ही एकमेकांच्या साक्षीनेच अभ्यास केला. पुढे जरी आमच्या शाखा वेगळ्या झाल्या तरी अभ्यास एकत्रच केला. या प्रवासातच कधीतरी आम्ही एकमेकांच्यात गुंतलो. ललिता ही अत्यंत साधी मुलगी. चारचौघात उठून दिसावं असं काही तिच्यात नव्हतं. पण तिचं ओठातून सुरू होऊन डोळ्यांतून सांडणारं हास्य मात्र तिला खूप सुंदर करून जात असे. तिची घरची परीस्थिती मध्यमवर्गीय! वडील बँकेत नोकरी करत. आई घरी शिकवण्या घेत असे. चार खोल्यांच्या घरात आई-वडील, ललिता, तिची धाकटी बहीण सरिता, आजोबा आणि कुठल्याशा आजाराने अंथरुणाला खिळलेली आजी! पण सर्वजण एकमेकांवर खूप प्रेम करायचे. एकमेकांना मदत करायचे. एकमेकांच्या सोयीने राहायचे. माझी त्यांच्याशी खूप पटकन गट्टी जुंपली.

मी बी. कॉम झालो. तेव्हा ललिता सायकॉलॉजी मध्ये बी.ए झाली. मी एम.कॉमला ॲडमिशन घेतली आणि ललिताने लहानशी नोकरी पकडून एक्स्टर्नली ती एम.ए च्या टर्म्स भरू लागली. ललिताकडे अत्यंत दुर्मीळ असा गुण होता. तो म्हणजे दुसऱ्याचे मन जाणून घेणे. ललिता व मनीषामुळेच मी आजोबांना गमावण्याचा धक्का पचवू शकलो होतो. त्या दोघींचा आधार मिळाला नसता तर मी दहावीला बहुतेक नापासच झालो असतो. आधीच मी दादासारखा हुशार नाही. त्यात आजोबांचे मायेचे छत्र असे अचानक हरपले. माझ्या पुढच्या शिक्षणातही मला ललिता व मनीषाचा खूप गाईडन्स मिळाला. अशातच मी व ललिता एकमेकांच्या प्रेमात पडलो. माझ्या मनातली न्यूनगडांची गाठ ललिताने अगदी हलक्या हातांनी सोडवली होती. तिच्या मते रंग, रूप, बुद्धी हे सर्व आपण देवानेच जसे दिले तसे जन्मतःच घेऊन येतो. त्यामुळे त्यात आपला काहीच दोष किंवा गुण नाही. हे आपल्या हातात नसतं पण चांगला माणूस होणं हे तर

आपल्या हातात असतं. तेच आपण करायचं. आयुष्यात एवढं जमवायचंच! चांगला माणूस व्हायचं! ललिताच्या घरी हाच विचार अमलात आणला जात असे. त्यामुळे मला तिथे खूप आवडायचं मुख्य म्हणजे तिथे माझी तुलना कुणाशी केली जात नसे. जशी वर्षामागून वर्षे जाऊ लागली, तशी माझ्या मनातली ही खळबळ कमी होऊन मी शांत होऊ लागलो. शिक्षण संपवून एका छोट्या कंपनीत नोकरीला लागल्यावर माझ्यातला कॉन्फिडन्सही वाढला. मग मी ललिताबरोबर लग्न करणार असल्याचे घरी जाहीर करून टाकले.

स्वाती -

खूप धक्का नाही बसला अनयच्या या निर्णयाने! गेल्या काही वर्षांतील त्याची आणि ललिताची वाढती मैत्री बघताना कुठेतरी अंदाज आलाच होता. सासूबाई मात्र या बद्दल त्यांची नाराजी दाखवीतच होत्या. पण शरदने त्यांना थोपवले होते. मी आणि शरदने अनयच्या जन्मापासून गिरवलेला आयुष्यातला धडा परत एकदा गिरवला. "आपल्या दोन्ही मुलांमध्ये रंग, रूप, बुद्धिमत्ता सर्वच बाबतीत खूप फरक आहे!! हो नाहीतर काय? यश जणू आयुष्यातले एकेक क्षेत्र जिंकत जात होता. दहावी-बारावी इतकेच नाही, तर इंजिनियरींगलाही उत्तम मार्क्स मिळवून स्वतःच्या गुणवत्तेवर परदेशात उच्च शिक्षणाकरता ॲडमिशन मिळवली होती. तिथेही चांगले यश मिळवून, भरपूर पगार असलेली तिथली नोकरीही मिळवली होती आणि आता एक अर्पाटमेंट घेऊन तिथे राहत होता. मग मात्र मला राहवेना. शरदच्या मागे लागून लागून आम्ही तिघेजण मी, शरद व सासूबाई त्याच्याकडे न्यूजर्सीला जाऊन आलो. जाताना आम्ही तिघे गेलो. तिथे दहा दिवस राहून शरद इथे परत आला. मी आणि सासूबाई चांगल्या महिनाभर राहिलो. त्याचे तिथले सगळे वैभव बघून आम्ही अगदी धन्य धन्य झालो. त्याने आम्हाला त्याच्या गाडीतून खूप खूप फिरवले. त्याचे सगळे भारतीय मित्र तर इतके खूश होते की प्रत्येक शनिवार, रविवार ते सर्व यशकडेच असत. मग त्यांच्या खास पदार्थांच्या फर्माईशी असत. अगदी भजी, बटाटेवडे, फणसाच्या भाजीपासून ते पुरणपोळी, मोदकापर्यंत! पण त्या सगळ्या पोरांना मनापासून खाताना बघून मी आणि सासूबाई आमचे कष्ट विसरून जात असू. मन अगदी

भरून येत असे. आम्ही परतताना तर ८/१० जण आम्हाला एअरपोर्टवर सोडायला आले होते. भारतात परत आल्यावर सासूबाई आल्यागेल्याला नातवाचे कौतुक सांगताना थकत नव्हत्या.

त्याच्या पुढच्या सुट्टीत यश जेव्हा भारतात आला तेव्हा त्याने सुनयनाविषयी सांगितले. सुनयना जोशी, तीही त्याच्याबरोबर तिकडे ऑफीसमध्ये काम करत होती. आई-वडील इकडेच भारतात असतात. एक लहान बहीण डॉक्टरी शिकतेय. सुनयना इथे इंजिनियर होऊन उच्च शिक्षणासाठी अमेरिकेत गेली होती आणि ते संपवून आता नोकरी करत होती. नकार देण्यासारखं तिच्यात काही नव्हतं. आमच्या घरात अगदी फिट्ट बसणारी गोरी, घारी, स्मार्ट, अशीच ती होती. त्यामुळे अतिशय आनंदात आणि धूमधडाक्यात यशचे लग्न पार पडले. दोन्ही घरचे पहिलेच कार्य असल्यामुळे उत्साहाला आणि देण्याघेण्याला अगदी उधाण आले होते. एकदाच माझ्या मनात आले होते की अनयनेही जर ठरवलेले आहे, तर एकाच मांडवात दोन्ही कार्ये करूयात. पण शरदने या गोष्टीला मोडता घातला. म्हणाला, "अनय तसा अजून लहान आहे. जरा त्याची गंगाजळी साठू दे, मग करू त्याचे लग्न!" मला लक्षात आलं की खरी गोष्ट अशी आहे की या थाटामाटाचा भार कदाचित ललिताच्या घरच्यांना पेलवला नसता. इतरांना जरी ठाऊक नसले तरी ललिता या लग्नात धाकटी सूनम्हणूनच वावरली.

आता मात्र माझ्या संसारातील जबाबदाऱ्या बऱ्यापैकी पार पडल्या होत्या. मी आता माझे छंद, मैत्रिणी, भिशी अशा गोष्टींकडे वळले. कधी कधी मैत्रिणींबरोबर ८/१० दिवसांच्या ट्रीपलाही जाऊ लागले. अशावेळी मला ललिताचा खूप आधार असे. ती खरं तिच्या लग्नाच्याआधीपासूनच खूप मदत करत असे. यशच्या लग्नात मला तिची खूपच मदत झाली होती. तिच्याशिवाय मला सगळं उरकलं नसतं. आता तर ती लग्न होऊन आमची धाकटी सूनच झाली होती. यशच्या लग्नानंतर वर्षभराने अनयचे लग्न झाले. ललिताच्या घरच्या परिस्थितीनुसार त्यांनी लग्न लावून दिले. म्हणजे आमचे काही कमी केले असे नाही. पण यशचे लग्न कसे धूमधडाक्यात झाले तसे काही वाटले नाही. सासूबाई जराशा नाराजच होत्या. पण शरद मात्र ललितावर आणि तिच्या घरच्यांवर अतिशय खूश होता. लग्नासाठी यशला आणि सुनयनाला जेमतेम ८ दिवसच यायला

मिळाले. त्यांच्याकडे म्हणे सुट्ट्यांचे प्रॉब्लेम्स् असतात. पण निदान दोघे लग्नाला तरी आले. लग्नानंतर ३ दिवस सुनयनाच्या माहेरी गेले आणि तेथूनच ते परत गेले. त्यामुळे त्यांच्याशी फारशा काही गप्पा झाल्याच नाहीत. मात्र लग्नात यश आणि सुनयना अगदी दृष्ट लागण्यासारखे दिसत होते. लग्नानंतर अनय ललिताच्या जोडीबरोबर त्या दोघांचीही दृष्ट काढून टाकली. लग्नानंतर ललिता खूप पटकन आमच्या घरात मिसळून गेली. गेल्या ४/५ वर्षांत तिची आमच्याशी छान ओळख झाली होती. शरदचे आणि तिचे विशेष गूळपीठ होते. विशेष म्हणजे हळूहळू तिने माझ्या सासूबाईंनाही जिंकून घेतले होते. त्यामुळे मी खरी निश्चिंत झाले होते. ललिता कॉलेजात शिकवायला जायची. तिचा कामाचा उरक मात्र कौतुक करण्यासारखाच होता. अनयही संसारात रमला. आता विचार केला की वाटतं, बरं झालं, यश तिकडेच सेटल झाला ते! कारण दर वेळी सुनयना आणि ललिताच्या रूपाची तुलना होणं आणि "अगंबाई, या दोघी तुमच्याच दोन सुना?" असं ऐकणं तरी टळलं! लोकांचं तोंड का कधी धरता येतं?

अनय -

खरंच कौतुक आहे ललिताचं! तिने लोकांच्या या कॉमेंटचं कधी वाईट वाटून घेतलं नाही. लग्नानंतर दोन वर्षांनी मी तिला एकदा याबद्दल विचारले. तर मंद हसून ती म्हणाली, "अरे, काय चुकलं लोकांचं? जे समोर दिसतं त्याबद्दल बोलतात. खरंच, सुनयना इतकी सुंदर आहे, मी तिच्यापुढे काहीच नाही. तिला कुठलाही रंग शोभतो. मला मात्र कुठलीही साडी व कुठलाही ड्रेस घेताना विचार करावा लागतो. सगळेच रंग काही मला शोभत नाहीत. अरे, परमेश्वराने जे आपल्याला दिलयं ते आनंदाने स्वीकारावं. उलट मी तर म्हणेन, तो खूप दयाळू आहे. म्हणून हे इतकं छान सुदृढ शरीर दिलयं मला! एखादं व्यंग असतं तर?" ललिताची विचासरणी काही वेगळीच आहे. तिच्या विचारांची ही उंची बघितली की मी नव्याने तिच्या प्रेमात पडतो. बाबासुद्धा तिच्यावर फार खूश आहेत. तिचं आणि त्यांचं खूप छान जमतं. बाबांच्या मनातली मुलीची रिकामी जागा ललिताने भरून काढली आहे. आजीचंही ती खूप प्रेमाने करते. त्यामुळे आईला तिचा असा वेळ मिळतो. ललिता आता आईबाबांना

आग्रहाने ट्रीपला, प्रवासाला पाठवते. घराची सगळी जबाबदारी तिने आईच्या बरोबरीने अगदी छान पेलली आहे. विनीत आणि संपदा या आमच्या दोन्ही मुलांवरही ती उत्तम संस्कार स्वत:च्या वागण्यातूनच करत असते.

मध्यंतरी आम्ही आमचा जुना फ्लॅट विकून मोठा तीन बेडरूमचा फ्लॅट घेतला. तीन बेडरूम, हॉल, किचन आणि एक मोठी गच्ची असा ऐसपैस फ्लॅट आहे. हा फ्लॅट घ्यायच्या आधी बाबांनी आम्हाला दोघांनाही समोर बसवून विचारले की "तुमच्या मनात जर वेगळं, स्वतंत्र राहायचे असेल तर मग आहे हा फ्लॅट असाच ठेवून अजून एक छोटा फ्लॅट घेऊ" पण माझ्याही आधी ललितानेच त्याला नकार दिली आणि म्हणाली, "तुमची आणि आईंची हरकत नसेल तर आपण एकत्रच राहूयात." यावर बाबांनी भरल्या डोळ्यांनी फक्त तिच्या डोक्यावर थोपटले होते. हा नवीन मोठा फ्लॅट घेताना खरं तर "मी त्यात काही पैसे घालतो." असे मी बाबांना म्हणत होतो, पण त्यांनी ठाम नकार दिला आणि आम्ही प्रशस्त घरात आलो. पण काही दिवसांतच आजी स्वर्गवासी झाली. जाण्यापूर्वी तिने ललिताला खूप मनापासून आशीर्वाद दिला. "बाळा, खूप खूप सुखी राहा. खूप मनापासून तू आमचं केलंयस. देव तुला भरपूर देईल." "आजी खूप आजारी आहे तिला येऊन भेटून जा" असा फोन दादालाही केला होता. पण काही अडचणींमुळे तो येऊ शकला नाही. आजी त्याची वाट पाहत होती. पण आता दादाच्या भारतभेटी लांबतच चालल्या होत्या. पूर्वीची ओढ आता त्यात राहिली नव्हती. आला तरी इथे येण्यापूर्वीच त्यांचे काहीतरी प्लॅन्स ठरलेले असत. त्यात सुनयनाचे वेगळे प्लॅन्स! त्यामुळे इथे आमच्या घरी ते फक्त उतरून सामान टाकत असत. बाकी त्यांचा सारा वेळ इथे तिथे भटकण्यातच जात असे. निवांतपणा असा क्वचितच मिळत असे. प्रत्येक वेळी काहीतरी नवीन अचिव्हमेंट मात्र तो न चुकता सांगत असे. नवी गाडी, नवं घर, नवी नोकरी, मोठा पगार इ. इ. त्यांची दोन्ही मुलंही त्यांच्याप्रमाणेच हुशार व स्मार्ट होती. पण आता त्यांच्यात अहंपणा येऊ लागला होता, जो माझ्या मुलांना आवडत नसे. पण मी आणि ललिता त्यांची समजूत घालत असू. विनीत आणि संपदा दोघंही ललिताच्या तालमीतच तयार झालेली आहेत. साधी आणि समंजस आहेत. खूप अचिव्हमेंट नसतात त्यांच्या. पण ज्या असतात त्यांचं कौतुक

ललिता अगदी मनापासून करते आणि त्यांना प्रोत्साहन देते.

स्वाती

मुलांची तरी कमालच आहे. कशाला इतका मोठा घाट घालायचा? कबूल आहे, माझी सत्तरी आणि यांची पंच्याहत्तरी एकाच वर्षात येतात. पण उगीच मोठा समारंभ,! किती आम्ही दोघांनी विरोध केला, पण मुलं काही ऐकेनात. एक मात्र खरंय, ललिताचा शब्द काही मी डावलू शकत नाही. इतका तिने जीव लावलाय. त्यामुळे शेवटी दिली परवानगी! यश आणि सुनयनाही येताहेत चक्क दोन्ही मुलांसमवेत! कारण गेल्या दोन ट्रीप्सना मुलं आलीच नव्हती... कसले तरी कॅम्प्स होते म्हणे! खूप छान झाला समारंभ, अगदी नजर लागण्यासारखा! ललिताने आणि अनयने सगळी व्यवस्था चोख ठेवली होती. ललिता सतत हसऱ्या चेहऱ्याने लवलवत होती. खूप सुंदर दिसत होती. आलेल्या सर्व लोकांचा खूप छान पाहुणचार केला. ललिताने आमच्या पूर्ण परिवाराला आपलेसे केलेले आहे. शिवाय त्यांचे ढीगभर मित्रमैत्रिणी आहेतच. येणारा प्रत्येकजण अनय आणि ललिताला नावाजत होता. अगदी तृप्त वाटत होते. (पण अगदी मनातलं सांगायचं तर आनंदाचं कारण थोडं वेगळंच होते. असो) यशही सगळ्यांना घेऊन दोन दिवस आधीच आला होता. त्याने तर कमालच केली. मला दहा हजाराची पैठणी घेतली. यांनाही भारीतला सूट शिवला. आम्ही दोघंही त्याला नको नको म्हणत होतो. आता इतके भारीतले कपडे घालून कुठे मिरवायचंय? आणि खरं सांगायचं तर इतकी जड साडी नेसायला आता नकोच वाटतं. त्यापेक्षा ललिताने आणलेल्या या दोन प्युअर सिल्कच्या बारीक जरी काठच्या साड्याच जास्त नेसल्या जातील. त्यांचे रंगही खूप छान आहेत. त्याच जास्त आवडल्या. पैठणी बघून मंद हसून ललिता म्हणाली, ''आई, ज्याने त्याने आपापल्या स्टेटसप्रमाणे आहेर केलेला आहे!'' खरंच, यशने आता तिकडेच अमेरिकेत खूप मोठा बंगला घेतलाय. खूप 'मोठा माणूस' झालाय तो. खूप पैसेवाला! अर्थात त्याचं हे स्टेटस त्याच्या अंगाखांद्यावर झळकत असतं. पण हे म्हणाले तसं ''लंकेत सोन्याच्या विटा आहेत. पण आपल्याला त्याचा काही उपयोग आहे का? तसंच हे!''

खरंय!! म्हणजे झालं असं, की हा समारंभ करायचं नक्की झालं तेव्हा यांनी, शरदनी, मला एक दिवस घरात इतर कुणी नसताना जवळ बसवलं आणि सांगितलं, ''हे बघ स्वाती, मी माझं मृत्यूपत्र तयार करून ठेवतो आहे. त्यातं हे आपलं घर मी अनयला देतो आहे आणि बाकी आपले जे काही पैसे आहेत त्यांचं मी यश आणि अनय यांच्यामध्ये समान वाटणी, अर्थात आपल्या दोघांनंतर व्हावी, असे लिहितो आहे. घरावर मी आत्ताच अनयचे नाव लावून घेतो आहे.'' खरं तर मृत्यूपत्र या शब्दाने मी जरा गडबडलेच. पण त्यानंतर सावरून नीट ऐकून घेतले. हे खूप वेळ बोलत होते. त्यांनी आमच्या आयुष्याचा एकंदर ताळेबंदच माझ्यासमोर मांडला. खरं म्हणाल तर माझ्या डोळ्यांवरची यशच्या गुणगौरवाची झापडं बाजूला केली आणि यश आणि अनयच्या स्वभावातले फरक माझ्या डोळ्यांसमोर ढळढळीतपणे आणले. खरंच, यशचे गोरेपान रूप, त्याची हुशारी याच्या चमकधमकतेने मी इतकी खुळावले होते की त्याच्यापुढे अनयच्या स्वभावातील चांगुलपणाकडे कधी आवर्जून लक्षच दिले गेले नाही. त्याच्या जन्माच्या वेळी प्रथम दर्शनाने त्याच्या काळ्या-सावळ्या रूपाने हिरमुसून, नाराजीने मिटलेले डोळे, मी आयुष्यभर नीट कधी उघडलेच नाहीत. त्यामुळे त्याच्या स्वभावातील लोभसपणा, त्याचे निर्व्याज प्रेम मला जाणवूनही मी त्याचे मनापासून कधी कौतुक केले नाही. सासऱ्यांनी हे सर्व जाणले होते. म्हणूनच त्यांनी अनयला स्वत:कडे ओढून घेतले होते. अनयला खरं तर त्यांनीच वाढवले. मलाही ते जरासं पथ्थ्यावरच पडलं. यशचे पहिलेवहिलेपण, त्याचा गोरा रंग, राजबिंडं रूप, त्यावर कडी म्हणजे त्याचे अभ्यासातील यश. नव्हे, तर प्रत्येकच गोष्टीत मिळवलेलं यश! राजा इडिपस प्रमाणे तो हात लावेल त्या गोष्टींचे सोने होत होते. त्याचा चकमकाट माझे डोळे दिपवून टाकत होता. त्यापुढे अनयच्या स्नेहाची ज्योत मंद वाटत होती. यशचा हट्टी स्वभाव, स्वत:ला हवं तेच करवून घेणे, इतरांची पर्वा न करणं, फक्त स्वत:चा विचार करणं, इ. कंगोरे हे त्याचे अधिकारच आहेत, असं काहीसं वाटत असे. आता परदेशी जाताना, तिथे स्थायिक होताना त्याने आमचा कितीसा विचार केला होता? आईवडिलांची कुठली जबाबदारी त्याने आयुष्यात उचलली? मुलगा म्हणून त्याचा आम्हाला या वयातच फक्त नव्हे, तर कधीच

आधार वाटला नाही. सुनयनानेही सून म्हणून कधी जीव लावायचा प्रयत्नही केला नाही. जेव्हा केव्हा ते इथे येतात, तेव्हाही ते स्वत:तच मशगुल असतात. त्यांचे कार्यक्रम, त्यांच्या ट्रीप्स, त्यांच्या माणसांच्या गाठीभेटी, आम्हाला त्यात कितीसं स्थान असतं? उलट त्यांची कुठेही गैरसोय होऊ नये म्हणून मात्र आपण जीव पाखडायचा. इतक्या वर्षांत त्याने एकदा तरी विचारलं, ''आई-बाबा, तुमच्यासाठी मी काय करू? तुम्हाला काय हवयं?'' आजीचा हा इतका लाडका नातू, पण तिच्या आजारपणाचं कळवूनही आजीला भेटायला त्याला येता आलं नाही. तिच्यासाठी काही करणं तर दूरच राहिलं. इतक्या वर्षांतली आमची छोटीमोठी आजारपणं अनय आणि ललिताने कशी काढली, याबद्दल साधी चौकशीसुद्धा केली नाही. ही गोष्ट मला वाटतं सासूबाईंच्या शेवटी शेवटी लक्षात आली होती. त्यामुळे सुरुवातीला जरी त्या ललितावर नाराज होत्या तरी नंतर ललिताने प्रेमाने त्यांना जिंकून घेतले होते आणि म्हणूनच जाताना त्या तिला अगदी मनापासून आशीर्वाद देऊन गेल्या. तेच सुनयनाच्या माहेरचं काही असेल तर ते मात्र व्यवस्थित जमतं, म्हणजे ती जमवून घेते. तेव्हा मग सुट्ट्या मिळतात. इथं येण्यात अडचणी येत नाहीत. तिच्या माहेरच्या लोकांबरोबर इथं ट्रीपला जाता येते. पण एकदाही तो अनयला म्हणाला नाही की ''चला, आपण सगळेजण कुठेतरी छान ट्रीप करू'' यश तिथे भरपूर पैसा कमावतोय पण चुकूनही कधी अनयला म्हणाला नाही की, ''मी तुमचं तिकीट पाठवतो, पण एकदा तरी माझ्या घरी या,'' उलट अनय येतो म्हणाला तर कदाचित आपल्याला भुर्दंड पडेल या भीतीने यश अनयला फारसा आग्रहही करत नाही. मला वाटतं, यश अथवा सुनयनाने इतक्या वर्षांत एकदाही अनयला म्हटलं नसेल की, ''तू आहेस इथे म्हणून मला आई-बाबांची काळजी नाही. तुझ्यामुळे मी तिथे निर्धास्त असतो. तू माझ्या वाटची जबाबदारीही उचलतो आहेस.'' खरंच, अनय नसता तर आम्हाला वृद्धाश्रमाचाच रस्ता धरावा लागला असता. नुसतं तेवढंच नाही तर संसारातील लहानसहान ताण-तणावांचं ओझंही अनयमुळे सुसह्य झालंय. आता या वयात आपलं आपण दोघांनीच राहायचं; छोटे छोटे प्रश्नही मोठं रूप धारण करतात. नको वाटतं ही ओझी उचलायला! पण अनयने

इतक्या सहजपणे हळूहळू सर्व भार स्वत:च्या खांद्यावर घेतला की, आम्ही दोघं आमचं रिटायरमेंटच आयुष्यही मजेत जगतोय. पण त्या सगळ्याची जाणीवही यशच्या वागण्यात नाही. त्याच्या स्वभावानुसार तो फक्त स्वत:पुरता जगतोय. पण गंमत म्हणजे हक्क त्याला सगळा हवाय; म्हणजे मुलगा म्हणून करावयाची कर्तव्ये करायची तयारी नाही पण इस्टेटीत हक्क मात्र हवाय.

अपेक्षेप्रमाणे मृत्यूपत्राचा तपशील कळल्यावर यश व सुनयनाचा संताप झाला. फक्त त्यांनी त्याचा स्फोट होऊ न देण्याची काळजी घेतली. यालासुद्धा शरदचा म्हणजे ह्यांचा दूरदर्शीपणाच कारणीभूत आहे. ह्यांनी मुळी त्या कार्यक्रमातच सगळ्यांपुढे हे जाहीर केले. त्यामुळे यश आणि सुनयना कितीही नाराज झाले तरी त्यांना ती नाराजी दाखवता आली नाही. कारण मग त्यांच्या गुडी गुडी इमेजला धक्का बसला असता आणि ''तू आईवडिलांची कुठली जबाबदारी उचलली आहेस?'' या प्रश्नाला सर्वांच्या साक्षीने सामोरे जावे लागले असते. त्यामुळे मनोमन चडफडण्यापलीकडे दोघेही काहीही करू शकले नाहीत. पण मग त्यांचा या कार्यक्रमातील इंटरेस्ट कमी झाला एवढे खरे!

खूप थकवा जाणवतोय. पण तेव्हा हिरमुसून मिटून घेतलेले डोळे आता खऱ्या अर्थानं उघडतायेत. खरंच, आयुष्यात महत्त्वाचं काय असतं? चांगले रूप, रंग, उत्तम मार्क्स, उच्चशिक्षण, भरपूर पगार देणारी नोकरी, मोठा बंगला, नव्या मॉडेल्सची गाडी म्हणजेच सगळं काही आहे का? मग हे सगळं मिळवूनही यश आणि सुनयनाच्या नजरेत अजून हवं 'अजून हवं'ची असोशी का? आणि त्यांच्यापेक्षा खूपच कमी यशस्वी होऊन, कमी पैसे मिळवूनही अनय आणि ललिता इतके समाधानी कसे? वरती आणि इतरांना पैशांनी आणि कष्टांनी मदत करत असतात. आणि मला कळत नाही, येता-जाता खिदळायला यांना एवढे विषय तरी काय मिळतात? सतत आपले एकमेकांना टाळ्या देऊन हसत असतात. काही असो, अनयच्या कुटुंबात अतिशय आश्वस्त वाटतं एवढं खरं! सर्व लोकांसमक्ष अनयला हाक मारून जवळ बोलावलं आणि म्हटलं ''जरा खाली वाकतोस? मला पापी घ्यायचीच रे तुझी!''

◻◻

३.
मला काय त्याचं ?

२ जून : विद्यापीठातील प्राध्यापिकेचा गूढ मृत्यू -

शहरातील विद्यापीठाचे कामकाज मे महिन्याच्या सुट्टीनंतर आज पुन्हा सुरू झाले. समाजशास्त्राचा वर्ग मूळ इमारतीपासून काहीशा दूर असलेल्या जुन्या इमारतीत आहे. त्या इमारतीतील एकच वर्ग वापरात असून इतर तीन वर्ग बंदच असतात. आज सकाळी साफसफाईकरता तो वर्ग विद्यापीठाच्या शिपायानं उघडला असता विद्यापीठात मराठी विषय शिकवणाऱ्या सौ. कुसुम जोशी यांचा मृतदेह तेथे आढळला. प्राथमिक वैद्यकीय चाचणीत सौ. जोशी यांचा मृत्यू अन्नपाणी न मिळाल्याने उपासमारीने झाला असावा असा निष्कर्ष निघाला आहे. विद्यापीठातील संबंधित अधिकाऱ्याकडे चौकशी केली असता सौ. जोशी आत वर्गात असताना नजरचुकीने कुलूप लावले गेले असावे असे कळते. संबंधित शिपाई बाबू कांबळे याला विचारले असता तो म्हणाला की, ''मी वर्ग स्वच्छ करण्यासाठी झाडून मगच दार बंद केले, तेव्हा वर्गात कोणी नव्हते.''

विद्यापीठाच्या सुट्टीपूर्वी शेवटच्या दिवशी म्हणजे ३० एप्रिलला सौ. जोशी लायब्ररीयन सौ. कामतेकर यांना संध्याकाळी साडेचारच्या सुमारास भेटल्या होत्या, तेव्हा सौ. जोशींनी गप्पांच्या ओघात, 'आज खूप डोके दुखत आहे. आता जरा गोळी घेणार आणि या कलकलाटापासून दूर जरा शांत बसणार आहे.' असे सांगून लायब्ररीतून काही पुस्तके घेऊन निघाल्या होत्या. पोलिसांच्या प्राथमिक अंदाजानुसार सौ. कुसुम जोशी यांनी डोकेदुखीवर गोळी घेतली नि त्या शांतपणे वाचन करता यावे

याकरता त्या काहीशा दूर असलेल्या समाजशास्त्राच्या वर्गात बसल्या. कदाचित झोप लागल्यामुळे दाराला बाहेरून कुलूप लावल्याचा आवाज त्यांना कळला नसावा. मे महिनाभर विद्यापीठाला सुट्टी होती. त्यामुळे अन्नपाण्याविना सौ. कुसुम जोशींना मृत्यू आला असावा. त्यांचे पती श्री. श्रीपाद जोशी दोघी मुलींना घेऊन २९ एप्रिलला गावाला गेले होते ते ६ मे रोजी परतले. आल्यापासून ते पत्नीचा शोध घेत होते. १० मे रोजी त्यांनी पोलीस कम्प्लेंटही नोंदली होती. आपल्या पत्नीच्या अशा मृत्यूमुळे श्री. जोशी यांना प्रचंड मानसिक धक्का बसला आहे. सौ. कुसुम जोशी यांच्यामागे रीना व ऋता या दोन मुली आणि पती श्री. श्रीपाद असा परिवार आहे.

रोहिणी -

आज पेपरात कुसुमची बातमी वाचली आणि धक्काच बसला. कितीतरी वेळ सुन्न बसून होते. खरं तर कुसुमच्यात आणि माझ्यात मैत्री होण्यासारखी कुठलीच गोष्ट कॉमन नव्हती. मी आणि ज्योती अकरावीपासूनच्या मैत्रिणी आणि कुसुम ही ज्योतीची मावसबहीण. तीन-चार वर्षांपूर्वी तिची-माझी भेट झाली. ज्योतीला तिला काहीतरी निरोप द्यायचा होता म्हणून आम्ही दोघीजणी कुसुमच्या विद्यापीठात गेलो होतो. केवढा प्रचंड आहे तो कॅम्पस. मेनगेटपासून तिच्या बिल्डिंगपर्यंत चालत जायला पंधरा मिनिटं लागतात. आम्हाला तेव्हा तर आतली काहीच माहिती नव्हती त्यामुळे बस कंडक्टरनं 'आलं विद्यापीठ!' म्हटल्यावर आम्ही दोघी मेनगेटलाच उतरलो आणि मग चांगलीच तंगडतोड झाली. कुसुम तर खूप चुटपुटली त्या दिवशी. म्हणाली, "अगं, मेनगेटपासून दोन स्टॉप पुढे आहे ही बिल्डिंग उगीच उतरलात तिथं." मग तिनं आम्हाला कॅन्टिनमध्ये नेऊन मस्त ट्रीट दिली. खूपच छान स्वभाव आहे कुसुमचा! आता 'आहे' नाही 'होता' म्हणायला लागणार.

त्या दिवशी आमच्या इतक्या छान गप्पा झाल्या, की कुसुमनं आम्हाला परत येण्याचा तीनतीनदा आग्रह केला. म्हणाली, "एकदा शांतपणे सर्व कॅम्पस हिंडून पाहू या. खूप छान गर्द झाडी आहे आणि मुख्य म्हणजे शहरापासून दूर असल्यामुळे अनावश्यक वर्दळही नाहीये.

इतक्या सुंदर जुन्या व देखण्या इमारती आहेत. ज्या कोणी या बांधल्या आहेत त्यांनी इतका विचार केलाय, की एकमेकांचा त्रास होऊ नये म्हणून इमारतीही एकमेकांपासून दूर दूर आहेत. त्यामुळे एखाद्या ठिकाणी जरी गोंगाट असला तरी त्याचा इतर इमारतींतील वर्गांना अजिबात त्रास होत नाही. मी तर लायब्ररीतून छान छान निवडक पुस्तकं घेते आणि एकटीच दूर कुठंतरी वाचत बसते. या शांततेत मनातला कोलाहल कधी निवळतो ते कळतच नाही. खरंच माणसाला अशा एकांताची फार गरज आहे. म्हणून मला हे आमचं हे विद्यापीठ खूप आवडतं. म्हणजे माझं प्रेमच आहे याच्यावर. मला नाही वाटत मी हे कधी सोडून जाईन.''

त्यानंतरही तीन-चारदा भेट झाली होती कुसुमची. आम्ही तिघी गप्पा मारत खूप फिरायचो त्या विद्यापीठाच्या आवारात. वेगवेगळ्या विषयावर गप्पा चालत. खरं तर कुसुम आमच्यापेक्षा आठ-दहा वर्षांनी मोठी असेल. तिला दोन गोड मुली आहेत. पण वयाचा अडसर आमच्यात कधीच आला नाही. खूप हसरी आणि बोलकी होती कुसुम. तिच्या मुलींच्या वाढदिवसाला ज्योतीबरोबर मलाही आंमत्रण असे. त्यामुळे या तीन वर्षांत रीना, ऋता व त्यांच्या बाबांशीही छान ओळख झाली. एकंदर सर्व कुटुंबच शांत व समंजस आहे. परत परत त्यांना भेटावंसं वाटतं.

आपलंही घर असंच असायला हवं अस मी एकदा दिलीपला म्हटलं, तर 'उगीच काहीतरी बावळटासारखा विचार करू नकोस. इतरांकडे कशाला बघायचं? ही अशी कम्पॅरीझन करत बसलो, तर आपल्या मनाला कधीही शांती मिळत नाही.' असं काहीसं तिरसटून त्यानं मला उत्तर दिलं. या दिलीपचं मला काही कळतंच नाही. तसा सरळ स्वभावाचा आहे पण मधेच कधीतरी विचित्रच वागतो, हेकटपणा करतो. खरं तर गेली दोन वर्ष आम्ही एकमेकांना ओळखतो. म्हणजे तो इंजिनिअरिंगच्या शेवटच्या वर्षाला असतानाच आमची भेट झाली. तो त्याच्या मित्रांला भेटायला आला होता. हळूहळू तो आमच्या ग्रुपमधलाच होऊन गेला.

राजेश सोनावणे -

च्यायला हे नवीनच झेंगाट झालं! साला मस्त सुट्टीभर मजा करून परत आलो. आज एक तारीख! खरं तर आज कामावर जायचा कंटाळाच

आला होता. महिनाभराच्या सुट्टीचा मूड अजून अंगावर रेंगाळत व्हता. पन आज रजा टाकली, तर समदा मे महिन्याचा पगार जाईल म्हणून वैतागत कामावर गेल्तो. ठरवलं होतं सकाळी मस्टरवर साईन मारायची, जेमतेम घंटाभर विद्यापीठात रेंगाळायचं आणि मग तब्येतीचं कारण देऊन सटकायचं. मस्त पिक्चर टाकायचा. म्हणून पाटील सरांनी वर्ग झाडून घ्यायला सांगितल्यावर फारशी झिगझिग न करता मी वर्गाच्या किल्ल्या घेतल्या आणि झाडू घेऊन निघालो. म्हटलं पहिला तो लांबचा वर्ग झाडून घेऊ. तिथं काय असतं, की फारसं कोणी फिरकतच नाय. म्हंजे जरा निवांत बसता येईल. झाडणं काय व्हईल सवडीनं. म्हणून बाबूलाही हाक नाय मारली. खरं तर रोज वर्ग झाडणं, नीट बंद करणं, उघडणं हे बाबू कांबळेचं काम हाय. पन आपल्या दोघांत नीट समझोता आहे. आता त्या दिवशी नाय का? वर्षाचा शेवटचा दिवस होता. बाबूनं त्याच दिवसाचं गावाला जायाचं तिकीट काढलं व्हतं. त्यामुळे जायाची घाई व्हती. त्याचे समदे वर्ग झाडून बी झाले व्हते. फकस्त या दूरच्या समाजशास्त्राच्या वर्गाच्या किल्ल्या न्यायला तो इसरला व्हता. तर मला त्यानं रिक्वेस्ट केली की, 'राजा, तेवढं त्या वर्गाला लॉक करून घे. मी तो झाडून बंद करून घेतलाय.' आता हा वर्ग इतका दूर हाय की हापिसमधून चावी घेऊन परत तितपर्यंत जायचं, तर त्याचा अर्धा तास तरी मोडला असता आणि मग घरी जायला उशीर. मग मीच म्हटलं, 'जा तू, मी घालतो लॉक.' म्हणून मग मीच लॉक घातलं होतं. कमाल म्हंजे बाबूला वाटलेलं की त्यानं वर्गाला बाहेरून कडी घातलीय पन दार नुसतंच लोटलेलं व्हतं. गावाला जायाच्या गडबडीत बाब्याचं डोस्कं ठिकानावर नसणार. त्याला आपलं वाटलं असणार की आपन बाहेरून दार बंद केलंय. शेवटी मीच नीट लॉक लावलं. हे आता असं एकमेकांसाठी करावंच लागतं. आता आज दोन-तीन वर्ग झाडून टाकले मी मग आपून सटकायचं म्हटलं तरी तो फारसा खळखळ करायचा नाही. असा समदा इचार करत समाजशास्त्राच्या वर्गाकडे गेलो. त्या एरियात कसला तरी विचित्र वास पसरला होता. च्यायला या झाडीमधं काय तरी कुत्रंबित्रं मरून पडलंय का काय? बोंबला म्हंजे ते आणि कुठं आहे ते शोधून काढा. ओढून नेऊन कचऱ्यात नेऊन टाका. आल्या का हजार भानगडी! मरू देत सालं. ऑफिसात जाऊन हे

सांगायलाच नको. नायतर उगा झेंगट मागं लागतील. असा इचार करत वर्गाचं दार उघडलं, तर इतका घाण भपकारा आला, की पोटातलं सगळं उलटून पडेलसं वाटायला लागलं. आत सगळी बाकं अस्ताव्यस्त झालेली, जणू कोणीतरी समदं ढकलून, फेकून, मोडून टाकलेलं हाय. नक्की काय झालंय. लॉक तर नीट बंद व्हतं. म्हंजे लॉक तोडून आत तर कोन शिरलं नसणार. एका साइडला काळी पर्स पडलेली, एक पान्याची बाटली पडलेली, तीन-चार पुस्तकं पडलेली व्हती. पुढं आज जाऊन बघतो तर...

दिलीप कुलकर्णी -

ही रोहिणी पण मूर्खच आहे. हिच्या विचारांना काही लॉजिकच नसतं. कशाचंही शेपूट कुठंही नेऊन चिकटवते. हजारदा तिला सांगितलं, तुला काय करायच्यात नसत्या उचापती? आपण आपलं नाकासमोर बघून चालावं. आपण बरं आणि आपलं काम बरं! उगीच नाही त्या भानगडीत नाक खुपसून आपल्यावर नाही ते लचांड ओढवून का घ्या? आधीच आपल्यामागे काय कमी कटकटी आहेत का? घरी आईचं आणि वहिनीचं रोज भांडण होतं. त्यात आपलं लग्न झालं की अजून भर! मी अर्थात होम लोनचं जमवायचं बघतोय. म्हणजे मग लग्नानंतर लगेचच वेगळे राहता येईल. म्हणजे मग बाबा, दादा, आई, वहिनी यांच्या लफड्यात पडायलाच नको. तर त्यातही रोहिणीचं काहीतरी वेगळंच!! तिचं म्हणणं दोन वर्षं तरी आपण सगळे एकत्र राहू म्हणजे म्हणे सहवासानं एकमेकांचं प्रेम लागेल. कशाला? आईचं आणि वहिनीचं प्रेम वाहातंय तेवढं पुरे. त्यात आणि हिची भर नको. ऑफिसमध्ये तरी काय कमी लफडी आहेत का? प्रत्येकजण आपापल्या जातवाल्याला वर ओढतो. फक्त आम्हीच हे असे, की एकमेकांना मदत करण्याऐवजी एकमेकांचे पाय ओढतो. आता मी तरी इंजिनिअर आहे. पण हल्ली काय पैशाला पासरी पडलेत इंजिनिअर! बरं, सीन्सिऑरिटी तरी किती दाखवणार? फुकट सगळी कामं मात्र आपल्या गळ्यात पडतात. त्या पी. के. जोश्यासारखं जमलं पाहिजे. तो कामातून मस्त पळवाटा काढत असतो. परत साहेबाला या कामचोरपणाचा पत्ता लागू देत नाही. मस्त चैनीची जिंदगी जगतोय बेटा! आपण मात्र हे असेच पिचणार. पण हे सगळं कुठं रोहिणीला समजावून देत असायचं. माझी

कामाची काय टेन्शन्स असतात ती मलाच माहीत. त्यात अजून नवी टेन्शन्स नकोत एवढंच माझं म्हणणं. तशी रोहिणी आहे साधी, सरळ, पण मधेच तिचं डोकं सटकतं, सामाजिक जाणीव वगैरेंची भूतं तिच्या मानगुटीवर बसतात.

खरं तर साधेपणाच आपल्याला पसंत पडला. शेखरला भेटायला म्हणून आपण तिच्या कॉलेजमध्ये जायचो पण मग हळूहळू सगळ्या ग्रुपशीच ओळख झाली. रोहिणी त्यांच्यात असायची. सगळ्यांशी मिळून मिसळून असायची. कधी कुठल्या मताबाबत आग्रही वगैरे नसायची. सगळे जसं म्हणतील तसं वागायची. कपडे पण साधेच, जास्त करून सौम्य रंगाचे आणि बहुतेकदा पंजाबी ड्रेसच. इतर सगळ्या बॉबकटवाल्या असल्या तरी हिची एक वेणी असायची. तिच्या मैत्रिणी बऱ्याचदा तिला केस कापायचा आग्रह करायच्या. पण ही हसून सोडून द्यायची. मला वाटतं तिच्या घरी आवडत नसावं. तिचे वडील बहुतेक खूप स्ट्रीक्ट असावेत. त्या ग्रुपशी ओळख झाल्यावर मी बऱ्याचदा त्यांच्यात असायचो. काही दिवसांनी माझ्या लक्षात आलं की, काही ठरावीक वेळी ही रोहिणी मधेच एकदम उठून कुठंतरी निघून जाते आणि जरा वेळानं परत येऊन बसते. एक दिवस सहज शेखरला विचारलं तर तो हसला आणि म्हणाला, "काही नाही रे! ते तिचं एक सोशल वर्कचं खूळ आहे." जरा खोदून विचारल्यावर कळलं, की त्या कॉलेजमध्ये १२ वीला दोघं अंध विद्यार्थी आहेत. त्यांची लेक्चर्स संपली की ही त्यांना हात धरून बस स्टॉपवर सोडून येते. शेखरचं म्हणणं, "एरवी ते आपापले फिरतातच ना? मग आत्ताच कशाला कुणी सोडायला हवं?" हेही खरंच आहे म्हणा! आधी याबाबत सगळे रोहिणीची जरा टिंगलच करायचे. पण रोहिणी म्हणे कुणाकडे लक्ष द्यायची नाही. मग हळूहळू सगळे गप्प झालेत.

वर्षभर मी सगळ्या ग्रुपमध्ये मिसळत होतो. एक दिवस मुलामुलांची काहीतरी भंकस चालली होती आणि अचानक मला रोहिणीवरून चिडवायला सुरुवात केली. माझं तर डोकंच सरकलं होतं. दुसऱ्या दिवशी शेखर मला म्हणाला, "काय हरकत आहे? बघ, रोहिणी तुला तशी साजेशी आहे." दोन दिवस विचार करत होतो. रोहिणी दिसायला सुंदर नसली तरी चारचौघींसारखी आहे. चेहऱ्यावर नेहमी हसरे भाव असतात. वर्षभराच्या

अनुभवावरून फारशी भांडकुदळ नसावीशी वाटते. तसा नेहमी फर्स्टक्लास मिळवते पण करिअर माईंडेड वाटत नाही, घरेलु वाटते. तिच्या राहणीवरून घरची परिस्थिती सामान्यच वाटते. आपण इंजिनिअर आहोत, नोकरीपण चांगली लागली आहे. खरं तर हिच्यापेक्षा चांगलं स्थळ मिळेलही आपल्याला, पण मग स्वभावाची गॅरंटी काय? आणि इतर गोष्टींना महत्त्व देऊन नाकापेक्षा जड मोती कुणी बांधून घ्यायला सांगितलंय? दोन दिवसांनी परत शेखरनी छेडलं, म्हणाला, ''मी विचारू का तिला तुझ्या वतीनं? मी तिला शाळेत असल्यापासून ओळखतोय. स्वभावानं खूप चांगली आहे. काळजी करू नकोस.'' मग मीही ग्रीन सिग्नल दिला. त्यानंतर गेलं वर्षभर आम्ही एकत्र आहोत. दोन महिन्यांपूर्वी रीतसर साखरपुडाही झाला. लग्न ऑगस्टमध्ये आहे. तिचा भाऊ दुबईहून येणार आहे. त्याच्या सोयीनं तारीख ठरवली आहे.

इतकं सगळं छान सुरळीत चाललं होतं, तर मधेच हे त्रांगडं उपटलं.

रोहिणी -

शेखरला तशी मी शाळेपासून ओळखते. खास मैत्री वगैरे काही नाही. पण एक सीन्सिअर मुलगा आहे तो. त्यामुळे त्या दिवशी मला त्यानं कॉलेजमध्ये गाठले व म्हणाला, ''तिसऱ्या लेक्चरनंतर जरा एकटीच खाली ये. तुझ्याशी काम आहे.'' मी जरा गोंधळूनच गेले. तिसरं लेक्चर संपल्यावर मैत्रिणींना काहीतरी कारण सांगून सटकले, तर खाली गेटमध्ये शेखर उभाच होता. मला म्हणाला, ''चल जरा कॉफी घेऊ. पण कॅन्टिनमध्ये नको. बाहेर जाऊ.'' मला काही कळेचना. काही प्रॉब्लेम वगैरे झालाय का? स्वागतमध्ये चहा पिता पिता मला त्यानं एकदम विचारलं, ''तुला दिलीप कसा वाटतो?'' ''म्हणजे?'' मला काही कळलंच नाही. ''अगं म्हणजे तुझं त्याच्याबद्दल काय मत आहे? या वर्षभराच्या अनुभवावरून तुला तो कसा वाटला? आयुष्याचा जोडीदार म्हणून तो तुला चालेल का?'' एक क्षण मला काही कळेचना तो काय म्हणतोय? उगीचच काहीतरी भंकसच प्रकार नाहीये ना? मी तर असा काहीच विचार केला नाहीये. यंदाचं हे शेवटचं वर्ष आहे; ग्रॅज्युएट झाल्यावर बाबांनी परवानगी दिली तर पोस्ट ग्रॅज्युएटला ॲडमिशन घ्यायची. नाहीतर एखादा छोटासा

कोर्स करायचा. या सगळ्यात लग्न वगैरेचा अजून तसा विचारच केलेला नाही. शेखर म्हणाला, "मी तुम्हाला दोघांनाही तीन-चार वर्षं ओळखतोय. माझ्या मते तुमचं एकमेकांशी छान पटेल. मग का नाही तुम्ही याबद्दल विचार करत? हे बघ उत्तराची घाई नाहीये. टेक युवर ओन टाईम. नीट विचार कर आणि उत्तर दे." मी इतकी गोंधळून गेले होते, की स्वागतमधून बाहेर पडल्यावर परत कॉलेजमध्ये जायचंय हे विसरून बस पकडून सरळ घरीच आले.

दोन दिवस डोक्यात विचारांचं वादळ घोंघावत होतं. वर्षभर दिलीपला मी बघत होते. तसा डिसेंट मुलगा आहे, उगीच भंकसगिरी करताना कधी दिसला नाही. इंजिनिअर आहे, नुकतीच नोकरीही लागली आहे. आपल्या ग्रुपला पहिल्या पगारातून पार्टीही दिली होती. दिसायलाही व्यवस्थित आहे. घरची बाकी परिस्थिती तशी काही माहीत नाही. पण या गोष्टी विचारता येतील आणि तसा काही प्रॉब्लेम असता, तर शेखरनं हा प्रस्ताव आणलाच नसता. पण जर होकार दिला तर आपल्याला पोस्ट ग्रॅज्युएशनचा विचार बहुतेक सोडून द्यावा लागेल. अर्थात दिलीपला विचारून लग्नानंतर शिक्षण चालू ठेवू शकू. तसा तो विचारी वाटतो. आपली शिकण्याची मागणी तो बहुतेक मान्य करेल; आणि आपल्या आईबाबाचं काय? त्यांची रिॲक्शन काय असेल? आई फारसं काही म्हणणार नाही. तशी बिचारी घरात फारसं काही बोलतच नाही. स्वत:ची अशी फारशी काही मतंच उरली नाहीयेत तिला. बाबांच्या हुकूमशाहीपुढे तिनं कधीच हार पत्करली आहे. आमच्या घरात म्हणजे बाबा म्हणतील ती पूर्व असते. त्यांच्यापुढे आर्ग्युमेंट करणं म्हणजे भिंतीवर डोकं आपटून घेण्यासारखं असतं. दादा कॉलेजला असताना घरात खूप भांडणं व्हायची. पण बाबा त्याचंही काही चालू द्यायचे नाहीत. याच त्यांच्या स्वभावाला कंटाळून दादा दुबईला गेला असावा. म्हणजे मिळालेली पहिली संधी त्यानं पकडली असावी. आईला दोन-तीनदा विचारण्याचा प्रयत्न केला, की तू का इतकं ऐकून घेतेस? कधीच का नाही विरोध करत. तर ती फक्त हसते आणि म्हणते, "तू खूप लहान आहेस अजून. स्वभावातील गुंतागुंती तुला नाही कळणार."

दोन दिवस कॉलेजला दांडी मारल्यामुळे ज्योती घरी विचारायला

आली. तिलाच सल्ला विचारला. तिचं मत त्याच्या बाजूनं होतं. अशा तऱ्हेनं आमची दोघांची भेट तर झाली. दोघांनी ठरवलं की एक-दोन महिने फक्त मित्र म्हणून भेटू या आणि एकमेकांचे विचार जुळताहेत का ते आजमावून बघू यात. मगच फायनल निर्णय घेऊ या. अशा आमच्या भेटी व्हायला लागल्या. दिलीपनं मग मुद्दाम कारण काढून सगळ्या ग्रुपलाच घरी बोलावलं. म्हणजे मग मला त्याचं घर बघता येईल आणि घरच्या सगळ्यांना भेटता येईल. त्याचे वडील स्वभावानं खूपच छान वाटले. ते आमच्याशी खूप छान गप्पा मारत होते. वहिनी जरा अलिप्तच वाटली. पण आई रिझनेबल वाटली. मोठा भाऊ त्या दिवशी भेटला नाही. पण एकंदर खटकण्यासारखं काही वाटलं नाही. त्याला आमचं घर दाखवण्यासाठी शेखरचीच मदत झाली. शेखर आधीपासूनच आमच्याकडे सगळ्यांना ओळखतो. तो त्या दिवशी माझ्या नोट्स नेण्याच्या निमित्तानं घरी आला आणि येताना दिलीपलाही सोबत घेऊन आला. मुद्दाम रविवार सकाळची वेळ निवडली म्हणजे मग आई आणि बाबा दोघंही भेटले. दोघं बराच वेळ बाबांशी गप्पा मारत बसले होते.

तर अशा रितीनं आमचं दोघाचं लग्न ठरलं म्हणजे आमच्या दोघांच्यात. आता याला 'अरेंज्ड मॅरेज' म्हणायचं की 'लव्ह मॅरेज' देव जाणे! पण ठरलं एवढं खरं! साधारण आठ महिने एकत्र फिरल्यानंतर आम्ही दोघांनी आपापल्या घरी सांगितलं. दिलीपनं काय केलं कोण जाणे पण मी आधी आईच्या कानावर घातलं. ती दोन क्षण स्तब्ध बसून राहिली. ते दोन क्षण मला युगांसारखे वाटले. कळेचना हिला आवडलं आहे की नाही? रागावली की काय? पण अचानक तिचे डोळे भरून आले आणि मायेनी तिनं मला जवळ ओढलं. तिचे अश्रू माझ्या पाठीवर टपटप पडत होते. ती म्हणाली, ''राणी, एवढी मोठी कधी झालीस ते कळलंच नाही मला.'' आणि खूप वेळ पाठीवरून हात फिरवीत होती. मी तिच्याकडे बघितलं, तर आनंदानं तिचा चेहरा पूर्ण उजळून गेला होता. अरेच्चा! माझी आई इतकी सुंदर आहे दिसायला? मनापासून झालेला आनंद माणसाला इतकं सुंदर बनवतो? पण मग हे इतक्या दिवसांत का नाही माझ्या लक्षात आलं? असो. त्या आनंदात बाबांच्या कानावर ही बातमी घालायचं काम मी तिच्या गळ्यात टाकलं, कारण बाबांसमोर

काही बोलायची आपली हिम्मतच नाही. त्यांचे रागीट डोळे, कपाळावरच्या आठ्या बघितल्या, की काय बोलायचं तेच विसरायला होतं. इतर मैत्रिणींच्या घरी त्यांचे बाबा किती मिसळून वागतात सगळ्यांशी. ज्योतीचे बाबा तर तिच्याबरोबर माझीही मस्करी करत असतात. खूप मजा येते तिच्याकडे. पण आमच्याकडे उलटंच. बाबा घरात आले की सगळे चिडीचूप. ते कोणावर आणि कशावरून चिडतील ते काही सांगताच येत नाही. आणि एकदा चिडले की सगळ्यांची खरडपट्टी काढतात. सगळे म्हणजे आता मी आणि आईच. मग सगळ्या जुन्या जुन्या चुकांची परत उजळणी होते. परत एकदा त्याबद्दल ऐकून घ्यावं लागतं. ''मला नोकरीत किती टेन्शन्स आहेत ते तुम्हाला काय कळणार? तुम्ही इथं घरात बसून मस्त आराम करता, माझ्या जिवावर तुम्ही झोपा काढता. बाहेरच्या जगात किती टेन्शन्स आहेत ते काय कळणार तुम्हाला? मी इतकं करतो तुमच्यासाठी पण तुम्हाला माझी किमत नाही इत्यादी'' त्यामुळे त्यांच्यापुढे काही बोलायचं म्हणजे नकोच वाटतं. आईच बरी!

वसुधा -

सगळं छान चाललेलं होतं. रोहिणीचं लग्न दोन महिन्यांवर आलेलं. मी रोज सकाळी उठून 'आज काय कामं करायची'त त्याची मनोमन यादी करते आणि रात्री झोपताना त्या यादीची परत उजळणी करते. किती कामं झाली आणि किती राहिली ते तपासते. आजही त्या नादातच ओट्याशी सकाळची कामं करत होते. हे ऑफिसला जाणार म्हणून त्यांचा नाष्टा, डबा सगळं बघत होते. ते अंघोळीला गेले होते. रोहिणी उठून टेबलापाशी येऊन बसली होती. हातात दुधाचा ग्लास घेऊन एकीकडे पेपर वाचन चालू होते. आणि अचानक गुदमरलेल्या स्वरात तिनं 'आई गं! आई...' अशा हाका मारल्या. तिचा स्वरच इतका विचित्र होता की मी हातातलं काम टाकून तिच्याकडे धावले. तिचा चेहरा खूप घाबरलेला दिसत होता आणि नजर पेपरवर होती. ती एवढं काय वाचतेय ते बघितलं तर 'विद्यापीठातील प्राध्यापिकेचा गूढ मृत्यू' वर तिची नजर खिळली होती. मला तर अजून पेपरवर नजर टाकायलाही फुरसत झाली नव्हती. त्यामुळे मला काहीच आकलन होईना. मी तिला विचारलं तर ती, ''अगं, मी

आणि दिलीप त्या दिवशी...' असं काहीसं सांगू पाहत होती. तेवढ्यात हे अंघोळ करून आले म्हणून ती गप्प बसली आणि मीही ओट्याकडे वळले.

हात सवयीनं कामं करत होते पण मन मात्र चार-पाच महिन्यांचा उलटा प्रवास करून मागे गेले. मला आठवलं त्या दिवशी रोहिणी सकाळपासूनच माझ्या भोवती भोवती घोटाळत होती. सारखं, 'आई गं, आई गं, ऐक ना...' असं चाललेलं होतं. शेवटी हे ऑफीसला गेल्यावर माझी पहिली सगळी कामं आवरल्यावर मीच तिला विचारलं, ''बोला बाई, काय सांगायचंय?'' तशी एकदम खुदकन हसली आणि म्हणाली, ''ही सगळी कामं ठेव आणि बाहेरच्या खोलीत चल!'' हॉलमध्ये येऊन बसल्यावर म्हणाली, ''बघ हं, हलायचं नाही. किनई... आणि तिनं जे सांगितलं ते ऐकून मी एकदम मूढच झाले- काळ इतका वेगानं सरला? कालपर्यंत माझ्याकडून दोन घट्ट वेण्या बांधून घेऊन, युनिफॉर्म घालून शाळेत जात होती ही, शाळेत भांडणं झाली की मैत्रिणींच्या तक्रारी आणत होती. शाळेतल्या नवीन बाईचं साडी नेसणं, शिकवणं सगळ्याची इत्थंभूत बातमी पुरवत होती. दादाशी भांडत होती. रडत होती, रुसत होती. ती स्वत:च्या लग्नाचा निर्णय घेण्याइतकी मोठी कधी झाली? हो, लौकिकार्थाने कॉलेजच्या फायनल इयरला आहे ही. पण म्हणून एकदम लग्नच! म्हणजे माझ्या या छोट्याशा चिमणीला एक चिमणा मिळाला वाटतं. तिच्या मनातलं गुपित ओळखणारा, तिला जाणून घेणारा, तिला जपणारा... मनाच्या आतून एक आनंदाचं कारंजं उसळलं आणि डोळ्यांतून पाणी वाहू लागलं. काही शब्दच फुटेनात. रोहिणीला मिठीत घेऊन नुसती बसून राहिले. रोहिणीनं एक अवघड पण टाकलाच होता. 'बाबांना तूच सांग ना!'

खरंच हे काम अवघड होतं. पण मलाच ते पार पाडायला हवं. आजपर्यंत ह्यांचा राग, तिरसटपणा, आक्रस्ताळेपणा, स्वत:चंच खरं करण्याचा स्वभाव, हे सगळं जास्तीत जास्त मी झेललं. मुलं आणि हे यांच्यात मी ढाल होऊन राहिले. आमचं लग्न झालं तेव्हा खरं म्हणजे खूप हसरी, बडबडी आणि अवखळ होते मी. पण या घरातील गंभीर वातावरण, मानापानाच्या वृथा कल्पना आणि प्रत्येकाचा स्वत:बद्दलचा पोकळ अभिमान, इगो यामुळे घरात कायम एक अनामिक ताण असे. त्यात यांच्या मनात

त्यांच्या आईवडिलांनी भरवून दिलेले विचार, "तू एकटाच बिचारा राब राब राबतोस. ही कशी तुझ्या जिवावर मस्त मजा मारते, आराम करते." त्यामुळे यांच्या मनात निर्माण झालेली उपकारकर्त्यांची भावना. तरी बरं सुरुवातीला मी नोकरी करायचीही तयारी दाखवली होती. पण या ना त्या कारणांनी मला नोकरीही करू दिली नाही. या सगळ्यामुळे मी हळूहळू हिरमुसून गेले. माझा आनंदी स्वभाव कधी गंभीर झाला ते कळलंच नाही. मनावर एक ओझं घेऊनच मी जगू लागले. माझ्या परीनं मी हे सर्व मुलांपर्यंत कमी पोहोचू देण्याचा प्रयत्न केला. पण मुलांचे डोळे व कान उघडे असतात. त्यांनी हळूहळू सर्व जाणलेच. रोहिणीनं एक-दोनदा छेडण्याचा प्रयत्नही केला 'तू ऐकून का घेतेस? विरोध का करत नाहीस?' पण तिला काय सांगणार की मी माझ्याकडून यांना समजावण्याचा खूप प्रयत्न केला. पण यांचे विचार इतके पक्के झालेले आहेत की कुठल्याही गोष्टीचा ते त्यांच्याच पद्धतीनं विचार करतात. त्यात दुसराही काही अँगल असू शकतो, हेच त्यांना मान्य नसते. त्यांच्या मते इतर बाजूनं विचार करणारे मूर्ख असतात. ह्यांचंच मत बरोबर असतं आणि त्यातून बायकोचं काही ऐकणं तर फारच कमीपणाचं! कारण तिला काय अक्कल आहे? तिनं कुठं जग पाहिलंय? आणि या त्यांच्या विचारात कुठं फट पडते आहे, असं वाटलंच तर त्यांचे आईवडील होतेच ती बुजवायला. हळूहळू माझ्या असं लक्षात आलं, की यांना कुठली गोष्ट पटवून देणं म्हणजे भिंतीवर डोकं आपटण्यासारखं आहे. मग कशाला आपली एनर्जी वाया घालवायची? एवीतेवी त्यांच्याच मतानं चालायचं ना? मग उगीच चर्चा आणि वादविवाद कशाला? सुरुवातीलाच रुकार देऊन टाकला, तर निदान भांडणं तरी कमी होतात.

झोपलेल्याला जागं करता येतं पण झोपेचं सोंग घेणाऱ्याला उठवणं कठीण असतं. हे सगळं रोहिणीला कुठं समजावीत बसू?

रोहिणीचा लग्नाचा निर्णय यांच्या कानावर घालायला मीच दोन-तीन दिवस माझ्या मनाची तयारी करत होते. प्रथम यांनी स्वभावानुसार खूप आरडाओरडा केला. पण मग मुलीनं आपल्याला दुसऱ्यांचे उंबरठे झिजविण्यातून वाचवले आहे, आता लोकांकडे पत्रिका घेऊन जाणे, दाखवण्याचा कार्यक्रम, मग कदाचित नकार ऐकून घेण्याची नामुष्की, हे

तर आपल्या नशिबी नाही. हा मुद्दा जरा जास्त ठसवल्यावर हे शांत झाले. मग मात्र रितीनुसार साखरपुडाही छान झाला. मीही आनंदानं फुलून आले होते. दिलीपही स्वभावानं छानच आहे, कर्तृत्ववान आहे. आत्ताच त्याचा स्वत:चा फ्लॅट घ्यायचा विचार आहे. गंमत म्हणजे लग्न झाल्या झाल्या वेगळं राहण्याचा विचार रोहिणीला मंजूर नाहीये. ती म्हणतेय दोन-तीन वर्षे तरी सगळे एकत्र राहू या. म्हणजे प्रेम लागेल. तिचे हे विचार ऐकून अभिमानानं ऊर भरून आला. मला म्हणाली, ''आई, अगं, तोडणं खूप सोपं असतं. पण जोडून ठेवणं किती महत्त्वाचं असतं हे मी आपल्या घरीच शिकलेय.'' खरंच आपल्या वागण्यातून झालेले संस्कार हे मुलांच्या मनात खूप खोलवर रुजतात, ''देवा, हिला खूप सुखी ठेव. खूप वेगळ्या विचारांची आहे ही. रोहिणी स्वत:पुरतं जगणारी नाहीये. स्वत:ला सुख जरूर हवं. पण त्या सुखावर माझा एकटीचा हक्क नाहीये. ते इतरांमध्येही वाटून द्यायला हवं. जे आपल्याकडे आहे त्यातील काही भागावर इतरांचा हक्क आहे. जे गरजू आहेत त्यांना आपण द्यायला हवं. अशा विचारांची आहे रोहिणी. आजकालच्या स्वार्थी आणि अप्पलपोट्या जगात तिच्या या विचारांची काहीशी टिंगलच होते पण ती मात्र ठाम असते. इतरांशी वाद न घालत बसता तिला जमेल तेवढं ती करत असते. इतरांना मदत करायला ती कायम तत्पर असते. वेळेला स्वत:ची थोडी अडचण करून ती मदतीला धावते. वर म्हणते, ''हे बघ, आपण काही खूप मोठं सोशल वर्क करू शकत नाही. मग असा अडचणीत असलेल्यांना मदत करून खारीचा वाटा उचलायचा!''

राजेश सोनावणे -

पळत पळत ऑफिसमध्ये गेलो तो तोंडाला फेस यायची वेळ आली व्हती. ऑफीसमधं सायबांसमोर किती वेळ बोलताच येईना, नुसतेच हातवारे करीत राह्यलो. नंतर त्यानला काय सांगितलं ते बी आठवत न्हाय. पन पोलीस आल्यावर मात्र आपलं डोस्कं भराभर काम करायला लागलं. पहिलं म्हंजे बाबू कांबळेला एका बाजूला घेतलं आणि त्याला पटवलं की त्या दिवशी मी लॉक लावलेलं सायबांपुढं बोलू नकोस. कारण खरं तर ते तुझं काम हाय. त्या दिशी तुला लवकर पळायची घाई व्हती

म्हणून मी लॉक लावलं. पण तू जर हे सायबांपुढं सांगितलंस तर तुझ्यावर कामचोरपणाचा ठपका यील. तू वेळेआधीच निघून गेल्याचं उघडकीला येईल. मग तुझ्यावरच विनाकारन टेपर येईल. पोलीस कदाचित तुला धरतील. असा काहीसा धाक दाखवल्यावर तो कबूल झाला. पण त्यानं मला विचारलं की, "तू गेलास तवा दाराला बाहेरून कडी व्हती ना? त्यावर मी "आता एक महिना होऊन गेलाय नीटसं आठवत नाय पन तू कडी घातली व्हतीस तर असणारच रे!" अशी सारवासारवी करून त्याला गप केलं. पोलिसांनी बाब्याला खोदून खोदून विचारलं की तू नीट बघून वर्ग बंद केला होतास ना? मला वाटलं बाबू काय आता टिकाव धरत नाय. तो खरं काय ते सांगणार. पण तितक्यात जोशी मॅडमचे यजमान पोलिसांना बोलले की "जाऊ द्या साहेब त्या बिचाऱ्याला. मला काही कोणावर आरोप ठेवायचा नाहीये. माझं मोलाचं माणूस गेलंय, ते आता काही करून परत येणार नाही. यांना बिचाऱ्यांना का उगीच त्रास? तुमच्या ज्या काही कायदेशीर गोष्टी असतील त्या उरकून घ्या म्हणजे मग मला पुढच्या गोष्टींना लागता येईल." म्हणून तो विषय तेवढ्यावरच राह्यला.

खरं तर मला बराबर आठवतंय की त्या दिवशी बाबूनं मला लॉक लावायला सांगितलं, तेव्हा मी स्टाफरूम साफ करत व्हतो. त्या बिल्डिंगमधल्या सगळ्या रूम पाहिल्या मी. नीटनेटक्या लावल्या. दुसऱ्या दिवशीपासून सुट्टी होती ना? त्यामुळे समद्या टेबल-खुर्च्या नीट लावून ठेवल्या. या सगळ्यात अर्धा-एक तास गेला असेल. पार निघताना आठवलं की तो समाजशास्त्राचा वर्ग बी लॉक करायचाय. तशी जरा वैतागूनच तिथं गेलेलो. पाह्यलं तर दार नुसतंच लोटलेलं व्हतं. बाब्या तर म्हनलावता की कडी लावलीय. बाब्याच्या गलथानपणाला शिव्या घालतच आपण कडी आनी कुलूप लावलं. नेमकी त्या मधल्या वेळेतच जोशी मॅडम आत जाऊन बसल्या असणार. लायब्ररीच्या मॅडम पोलिसांना सांगत व्हत्या त्याप्रमाणे जोशी मॅडमनी डोकेदुखीची गोळी घेतली असणार, तर कदाचित त्यामुळे त्यांना झोप लागली असणार. म्हणून कडी आणि कुलूप लावल्याचा त्यांना आवाज आला नसणार. आता यात आपली काय गल्ती? बाबूनं वर्ग झाडून बंद केला असं सांगितलं व्हतं म्हणून तो परत उघडून बघायची आपल्याला काय जरुरी वाटली नाय. बरं नंतर त्यांनी कितीही आरडाओरडा

केला असला तरी इतक्या दुरून कोणाला ऐकायला जाणार? नशीब बिचाऱ्या जोशी मॅडमच!

दिलीप -

दिवस मस्त मजेत चालले होते. ऑफिसमधून आल्यावर जवळजवळ रोज मी आणि रोहिणी फिरायला जात होतो. आधी म्हणजे आमचं लग्न ऑफिशियली घरून ठरायच्या आधी चोरटेपणाची एक वेगळीच नशा अनुभवत होतो. रोहिणी मात्र कुणी ओळखीचं भेटत नाही ना? या टेन्शनमध्ये असायची. त्यामुळे जरा गर्दीच्या जागी गेलं, की हिचं निम्मं लक्ष लोकांकडेच असायचं. हिची आणखी एक खोड म्हणजे नको त्या गोष्टीत नाक खुपसायला जाणं. आता त्या कॉलेजमधल्या अंध मुलांना मदत करते तेवढं बास झालं की सोशलवर्क! पण नाही! जिथं तिथं हिचा कॉन्शन मधे येतो. स्कूटरवरून जाताना जर कुठल्या स्कूटरवरचं लहान मूल झोपलं असलं किंवा कोणा बाईचा पदर, ओढणी खाली लोंबकळत असली की ही लगेच त्यांना सांगायला जाणार. रस्त्यावर जरा कुठं गर्दी दिसली की लगेच म्हणणार, "जरा थांबून बघू या का? काही ॲक्सिडेंट वगैरे झाला असला, तर त्यांना काही मदत करू यात." आता असं मदत करायला गेलं की किती लफडी अंगाशी येऊ शकतात हे काय तिला माहीत नाही का? आधीच डोक्याला काय कमी टेन्शन्स असतात का? या विकतच्या भानगडी गळ्यात घालून घ्यायला कुणी सांगितलंय?

त्या दिवशीही असंच झालं. कधी नाही ते ऑफिसमधून थोडं लवकर यायला मिळालं. तिला फोन करून तयार राहायला सांगितलं. नेहमी ऑफिसमधून यायला उशीर होतो आणि तिच्या वडिलांचे नियम फार कडक आहेत. त्यामुळे तिला रात्री आठ-साडेआठला घरी सोडावंच लागतं. पण आज मस्त भटकायला मिळणार या खुशीत निघालो. रोहिणीच्याच आग्रहावरून विद्यापीठात चक्कर मारायला गेलो. तिला त्या कॅम्पसची बरीच माहिती दिसत होती. मी तिला विचारलंही, तर ती ज्योतीची कोणीतरी बहीण कुसुम इथंच नोकरी करते, तिच्याबरोबर कशा आम्ही इथं फिरलोत वगैरे काय काय सांगत होती. माझं तिच्या बोलण्याकडे अर्धवटच लक्ष होतं. डोक्यात जरा वेगळेच विचार चालू होते. रोहिणीला

प्रपोज करून आता जवळजवळ वर्ष होईल. अजून आमची तशी काहीच प्रगती नाही. नुसतेच भटकतो आहोत. मित्रांकडून मी काय काय ऐकत असतो. हल्लीच्या पोरी म्हणे भलत्याच सुधारलेल्या असतात. काही म्हणे मुलांपेक्षाही धीट असतात. शारीरिक जवळिकीचे त्यांना विशेष काही वाटत नाही. बहुतेकजणांनी तर म्हणे लग्नाआधीच हनिमून साजरा केलेला असतो. अर्थात आपण काही तितके पुढारलेले नाही. पण आज एखादी पायरी पुढे जायला काय हरकत आहे? आम्ही बसलो होते ती जागासुद्धा अगदी एका बाजूला होती. इतर कुणीही दिसत नव्हतं आणि फारसं इथं कुणी फिरकेल, असं वाटतही नव्हतं. पाहावं का रोहिणीला विचारून? असा विचार मनात चाललेला असताना रोहिणी अचानक गप्प झाली आणि कावरीबावरी होऊन इतरत्र बघायला लागली. मला म्हणाली, "कुणाचा तरी कण्हण्याचा आवाज येतोय का रे तुला?" आता इतक्या आड बाजूला कोण कण्हणार? विद्यापीठालाही सुट्टी सुरू झाली होती म्हणजे वर्गातही कुणी नसणार. काहीतरी भास झाला असणार. पण रोहिणी काही मानेना. तिचं सगळं लक्ष त्याच विचारात. आता कसला रोमान्स आणि काय? सगळा मूडच निघून गेला. रोहिणीचं म्हणणं होतं, "चल, आपण शोधू यात. मी नक्की कुणाचा तरी आवाज ऐकला. जरा त्या बिल्डिंगमध्ये चक्कर मारून येऊ." जाम वैताग आला. टाळकंच सरकलं माझं! "चला घरी जाऊ यात." म्हणून उठलोच मी. हो, तिच्यातल्या सोशल वर्कर बाई जाग्या व्हायच्या आत सटकावं हे बरं! तरी निघताना तिनं मोटारसायकल जरा फिरवून घ्यायलाच लावली. का, तर म्हणे समाजशास्त्राच्या वर्गात कुणी नाही ना ते बघू. जाता जाता नजर टाकली, तर त्या वर्गाला कुलूपच होतं.

खरं तर हा सगळा इंसिडन्स इतका किरकोळ होता की विसरूनच गेलो असतो. पण २ जूनला मला ऑफिसमध्ये रोहिणीचा फोन आला. ताबडतोब भेटायला हवंय म्हणाली. म्हणून संध्याकाळी भेटलो तर तिचा चेहरा इतका विचित्र झाला होता की कळेचना नक्की काय झालंय ते! रोहिणीनं मला पेपरातली ती बातमी दाखवली. "बरं मग?" मला काही कळेचना. तशी म्हणाली, "बघ, मी तुला त्या दिवशी म्हणत होते ना? कुणीतरी कण्हतंय. तो कुसुमचाच आवाज होता. आपण गेलो तो सुट्टीचा

दुसरा दिवस होता. आपण थोडा प्रयत्न केला असता, तर कुसुम कदाचित वाचली असती.'' मी खूप प्रयत्न केला रोहिणीला समजावण्याचा की उगाच काहीतरी विचार करत बसू नकोस. आपली यात काहीच चूक नाहीये. मुळात सगळ्याचा आपल्याशी काहीही संबंध नाहीये. केवळ योगायोगानं आपण त्या दिवशी तिथं होतो आणि कदाचित भासच झाला असेल. उगीच वेड्यासारखे विचार करत, नाही तो ताप का डोक्याला लावून घ्यायचा?

वसुधा -

बाबा घरी असेपर्यंत रोहिणी पेपरातली बातमीबद्दल काहीच बोलली नाही. पण काहीतरी असं घडलं होतं की ज्यामुळे ती प्रचंड अस्वस्थ झाली होती. बोटं मोजत, कॅलेंडरवर तपासत कसला तरी हिशोब लावत होती. माझे हात यांना चहा-नाश्ता देण्यात गुंतले होते तरी लक्ष रोहिणीवरच होतं. हे ऑफिसला गेल्यावर तिला जवळ बसवून विचारलं, तेव्हा तिनं म्हटलं, ''तुला ती ज्योतीची बहीण कुसुम आठवतेय? ती गं, ती खूप छान स्वभावाची? विद्यापीठात नोकरी करायची?'' आणि मग रोहिणीनं मला ती बातमी वाचून दाखवली. हो, कुसुमबद्दल सांगितलं होतं तिनं मला. खूपच वाईट झालं. पण रोहिणीचं दुःख वेगळंच होतं. तिच्या म्हणण्याप्रमाणे ती आणि दिलीप ज्या दिवशी विद्यापीठात फिरायला गेले होते, तेव्हा त्या समाजशास्त्राच्या वर्गजवळ ते गप्पा मारत बसले होते; आणि तेव्हा एक-दोनदा रोहिणीला कुणाच्या तरी कण्हण्याचा आवाज आला होता. त्याबद्दल तिनं दिलीपलाही सांगितलं होतं. पण तो ऐकण्याच्या मूडमध्ये नव्हता. आता तिला अशी भयंकर रुखरुख लागली आहे की तेव्हाच जर तिने काहीतरी हालचाल केली असती, तर कदाचित कुसुमचा जीव वाचला असता. हे सर्व सांगून रोहिणी माझ्या गळ्यात पडून हमसून हमसून रडू लागली. मलाही तिला कसं शांत करावं तेच कळेना. जरा शांत झाल्यावर तिनं दिलीपला फोन लावला.

पाच महिन्यांपूर्वी रोहिणीनं प्रथम मला तिनं लग्न ठरवल्याची बातमी दिली. त्या काही दिवसांत तिच्या डोळ्यांत आनंद थुईथुई नाचत होता, हसू डोळ्यांतून गालावर ओसंडत होतं, लाजेनं पापण्या खाली

झुकत होत्या. आणि येता-जाता तिचं आईवरचं प्रेम भरून वाहत होतं. सारखी येऊन मला बिलगत होती. पण काही दिवसांनंतर माझ्या असं लक्षात आलं होतं, की ते आनंदाचं कारंजं काहीसं थंडावलंय. खूप फुलून येऊन त्यांच्या भेटींबद्दल भरभरून सांगताना ती मधेच कुठंतरी थबकतेय. काहीतरी खटकतंय का हिला? मऊ हिरवळीवरून चालताना मधेच पायाला काहीतरी टोचावं तसं? मग मीच माझ्या मनाला फटकारलं होते की 'पुरे झाला तुझा शंकेखोरपणा. मुलीवरच्या अतीव प्रेमानं हळवी झालीयेस तू. उगीच काहीतरी तर्ककुतर्क विणणं बंद कर आता. तुझ्या मनातील शंकांचं सावट तिच्या आनंदावर पडेल. तेव्हा मनातील सगळ्या शंका दूर फेकून दे.''

कुसुमची बातमी आल्यानंतरचे तीन-चार दिवस खूप विचित्र गेले. रोहिणी खूप काहीतरी विचारात गढली होती. रोज तिच्या आणि दिलीपच्या भेटी चालल्या होत्या. त्याला भेटून आली की ती अजूनच अस्वस्थ वाटत होती. एके दिवशी रोहिणीनं मला समोर बसवून तिच्या मनाची चाललेली घालमेल माझ्यासमोर मोकळी केली. माझं पिल्लू बिचारं विचारांच्या वावटळीत सापडलंय. यातून बाहेर पडायचा मार्ग शोधतंय. अर्थातच तिला माझ्या आधाराची अपेक्षा आहे. माझ्या आधाराची? मी? एक इतकी परावलंबी स्त्री? जी कधीच, कसलीच निर्णय घेत नाही? जिचे सर्व निर्णय, जिच्या सर्व कृती, कामं, वेळापत्रक, इतकंच काय, तर तिच्या आवडीनिवडीही इतर फॅमिली मेंबर्स ठरवतात? कधी आणि का झालं असं? लग्नानंतरच्या काही वर्षांतच माझ्या लक्षात आलं की यांच्यातला अहंकारी पुरुष अजिबात बदलणार नाही. डोळ्यांना लावलेली पोकळ परंपरांची, अहंपणाची झापडं हे कधीही काढणार नाहीत. मग आपली एनर्जी भांडण्यात का वाया घालवा? आणि मग मनस्ताप वाढवून घ्या? त्यापेक्षा एकच मतानं आयुष्याची वाटचाल करावी निदान घरात शांतता राहील. असा विचार करून मी एक एक करत माझी सर्व मतं, विचार समर्पित करून टाकले, सर्व अपेक्षा सोडून दिल्या. पण आता मात्र हा अलिप्तपणा सोडून देण्याची वेळ आली आहे. आज कित्येक वर्षांनी माझ्यातली जुनी वसुधा जागी झाली आहे. मला वाटत होतं की ती वसुधा संपली, पण नाही. आज रोहिणीला आधाराची गरज आहे. जिवाचा कोट

करून मी तिला यातून तारीन. माझ्या पिल्लाच्या हितासाठी जगाशी लढेन. कुठल्याही परिस्थितीत तिच्या पाठीशी राहीन.

रोहिणी -

आठ दिवस खूप विचार करत होते. माझी मतं उलटसुलट तपासून बघत होते. हा आपला आतताईपणा तर होत नाही ना? उगीचच टोकाची भूमिका घेते आहे का मी? आज एकदम या निर्णयाला का आले मी? ...पण खरंच एकदम, अचानक घेतला आहे का हा मी निर्णय? की कळत नकळत मनाला कुठंतरी खोलवर ही प्रक्रिया आधीच सुरू झाली होती आणि माझ्याशी नकळत या निर्णयापर्यंतची विचारांची वाटचाल सुरू झाली होती? कधी बरं झाली असेल ही सुरुवात? कदाचित ज्या दिवशी मी दिलीपशी कॉलेजच्या कॅन्टिनमध्ये गप्पा मारत बसले होते आणि कॉलेज सुटल्याची बेल झाली. तशी मी चटकन उठले, त्याला म्हटलं, ''आलेच हं, दहा मिनिटांत.'' आणि अजित आणि रमेश या माझ्या दृष्टिहीन मित्रांना स्टॉपवर सोडायला गेले. पंधरा-वीस मिनिटांत परत आले, तर दिलीप चिडून बसला होता. म्हणाला, ''तुला आपल्या बोलण्यापेक्षा ती दोघं महत्त्वाची आहेत का? एरवी ते एकटे फिरतातच ना? तू काय त्यांना जन्माची पुरणार आहेस का?'' इत्यादी. मी दिलीपला समजावण्याचा खूप प्रयत्न केला. पण त्याचा मूड काही परत आलाच नाही. शेवटी काहीसं मनाविरुद्धच मी त्याला 'सॉरी' म्हटलं. असे बारीकसारीक खूप प्रसंग घडत होते. कधीही त्याच्या बाईकवरून जाताना इतर कुठल्या स्कूटरवरचं लहान मूल झोपलं असलं किंवा कुणाचा पदर, ओढणी लोंबकळत असली की मी हाक मारून त्या बाईला सांगते, तर दिलीपचं म्हणणं असतं, की तू काय सगळ्यांचा ठेका घेतलायस का? तुला काय करायचंय? रस्त्यात जर अपघात झाला असेल तर माझं म्हणणं असतं की जरा थांबून बघू यात, आपण त्यांना काही मदत करू शकतोय का? पण त्याचं म्हणणं असतं की कशाला उगीच पोलीस वगैरेचं लफडं गळ्यात अडकवून घ्यायचं? खरं तर तो मोठा भूकंप झाला होता तेव्हा त्यांच्या मदत कार्यात कॉलेजमधून व्हॉलेंटियर्सची एक टीमच गेली होती. त्यांच्यात मलाही जाण्याची खूप इच्छा होती. पण हे दिलीपला सांगितलं, तेव्हा

आमचं मोठं भांडणच झालं होतं. त्याचं म्हणणं हा सगळा भंपकपणा आहे. आपल्या एवढ्याशा कामानं त्यांना काय मोठीशी मदत होणारे? आपण सामान्य माणसं, आपण आपलं नाकासमोर बघत जगावं. हे सोशलवर्क वगैरे आपला प्रांत नाही. तुला उगीचच मिरवायची हौस आहे. खूप आरडाओरडा केला त्यानं. मग मी जाण्याचा विचार सोडून दिला. पण मन खूप विरसलं होतं.

हे सगळं मी आईला समोर बसवून सांगितलं. हे सगळं मी कुठंही मिरवण्याकरता किंवा कुणाला दाखवण्याकरता करत नाही. मला एक नक्की माहीत आहे की मी एक सामान्य मुलगी आहे. खूप मोठं सामाजिक कार्य वगैरे करायची माझी कुवत नाहीये. पण म्हणून मी फक्त माझ्यापुरतं जगावं, हे मला मान्य नाही. माझ्या जडणघडणीत समाजाचा कळत नकळत हातभार आहे. हे ऋण मी मानायलाच हवं आणि माझ्यापरीनं मी ते फेडायलाच हवं. आपल्या वेळेत पैशात, श्रमात समाजाचा वाटा आहे, तो त्याला द्यायलाच पाहिजे. रस्त्यात चक्कर येऊन पडलेल्या माणसाला मदत करणं, ही एक सहजक्रिया असायला पाहिजे, त्यात मी खूप सोशलवर्क करत आहे अशी भावना असता कामा नाही. मला जाणीव आहे की अशी मदत करताना कदाचित आपल्या वाट्याला मनस्ताप येईल, कदाचित आपला वेळ, कष्ट, पैसा वायाही जाईल. पण योग्य वेळेला ही मदत न केल्यानं जो पश्चात्ताप होईल, त्यापेक्षा तो परवडला. कुसुमच्या घटनेनं मला मात्र लख्ख उमगलं की 'मला काय त्याचं?' असा स्वार्थी, अलिप्त विचार घेऊन मी नाही जगू शकणार. मला मान्य आहे की मी आणि दिलीप एकत्र फिरत आहोत. आमचा साखरपुडाही झालाय. आता जर मी माझा निर्णय बदलला तर माझी आणि माझ्यामुळे तुमची आपल्या नातेवाइकांत, समाजात खूप अवहेलना होईल. तुम्हाला खूप टीका ऐकून घ्यावी लागेल. कदाचित पुढे मला इतकं चांगलं स्थळ मिळणार नाही. प्रत्येक ठिकाणी हा ठपका मध्ये येईल. पण 'आपल्याला काय करायचंय?' हा विचार सोडून त्या दिवशी थोडी धडपड केली असती, तर कुसुमचा जीव वाचला असता आणि रीना आणि ऋताला आईविना पोरकं जीवन काढायला लागलं नसतं. ही रुखरुख माझी पाठ सोडणार नाही. सर्वांत कमाल म्हणजे दिलीपला अजूनही यात आपलं खूप

काही चुकलंय असं वाटत नाहीये.

आईनं सगळं ऐकलं. माझ्या पाठीवर हात फिरवत म्हणाली, "बाळ, मला तुझा अभिमान वाटतो. मी जाणून होते की माझी राणी इतरांपेक्षा वेगळी आहे, पण इतकी विचारी आणि शहाणी असेल असं वाटलं नव्हतं. हे बघ लग्नानंतर आपण मुली एका नव्या आयुष्यात पाऊल टाकतो. आपलं आयुष्य पूर्णपणे बदलतं. आपल्याला पदोपदी अॅडजस्ट करावं लागतं. आपली मतं, आपले हट्ट सोडून द्यावे लागतात. पण कुठल्या मतांना आपण मुरड घालू शकतो आणि कुठली तत्त्वं ही आपल्या आयुष्याचा आधार आहेत हे आपण प्रत्येकानं ठरवायचं असतं. परत एकदा शांतपणे विचार कर आणि निर्णय घे. तुझा जो काही निर्णय असेल त्याला माझा पूर्णपणे पाठिंबा असेल. 'लोक काय म्हणतील?' या तीन शब्दांसाठी आयुष्य गहाण टाकू नकोस. मन मारून जगत राहण्याची घुसमट मी आयुष्यभर अनुभवली आहे. त्याच अनुभवातून तूही जावंस, असं मला अजिबात वाटत नाही; आणि म्हणून सर्वस्व पणाला लावून मी घरच्यांशी आणि बाहेरच्यांशी, सगळ्यांशी टक्कर देईन. पण तुझ्या पाठीशी उभी राहीन, ही खात्री बाळग, ही घटना तुझ्या लग्नानंतर घडली असती, तर कदाचित आपण काही करू शकलो नसतो. पण जर तुझ्या नशिबानं तुला अवधी देऊन संधी दिली आहे, तर निर्भिडपणे जरूर पुनर्विचार कर."

खूप दिवसांनी मला खूप शांत शांत वाटत होतं. मनात सलणारी बोच निघाली होती. मनावर कळत नकळत चढलेला ताण निघून गेला होता. मी उठून दिलीपच्या घरचा फोन नंबर फिरला आणि अत्यंत शांत पण ठाम स्वरात म्हटलं, "हॅलो, दिलीप, मला तुला आजच भेटायचंय. काही महत्त्वाचं बोलायचंय. मी तुझ्या घरी येते. सगळ्यांसमोरच आपण बोलू यात. मी सहा वाजता येते." फोन ठेवून मी एक मोकळा श्वास घेतला.

◻◻

४.

लव्हबर्ड

खूप वाजत गाजत त्याने त्याला घरी आणला. आसपासच्यांना, ओळखीच्या लोकांना त्याने कधीच सांगून ठेवले होते की, मनासारख्या रंगाचा, आकाराचा लव्हबर्ड मिळाला की लगेचच त्याला घरी आणणार. मार्केटमधील पक्षीविक्रेत्यांशी तर केव्हाच बोलणे झाले होते. आत्ता त्याच्याकडे शिल्लक असलेल्यांपैकी कुठलाच लव्हबर्ड त्याला पसंत पडला नव्हता. त्याच्या मनात जे चित्र होतं तसाच लव्हबर्ड त्याला हवा होता. त्यासाठी थांबायचीही त्याची तयारी होती. दुकानदाराने त्याला मनपसंत पक्षी शोधून देण्याचे आश्वासन दिले होते. अर्थात तो मधूनच मार्केटमध्ये फेरी मारून येत होता. त्याला खात्री होती की त्याला हवाय तसा पक्षी नक्की मिळणार. अखेर त्या पक्षीविक्रेत्याच्या शोधाला यश आले आणि त्याच्या मनातील कल्पनेशी जुळणारा लव्हबर्ड त्याला मिळाला.

तो आता अतिशय आनंदात होता. त्याच्या एकाकी जीवनात आता त्या पक्ष्याची सोबत मिळाली होती. पूर्वी कामावरून सुटला की उगीचच हिंडत फिरत बाहेरच वेळ काढत असे. आज, आता, कुठे फिरायला जायचे? हा प्रश्न सोडवण्याचाही त्याला कंटाळा आला होता. मनाला येईल तो रस्ता धरून चालत राहायचा. जेवणाची वेळ झाली की खानावळीत जाऊन जेवायचा आणि नाइलाजाने घरी यायचा. अशा चालण्याचे दोन फायदे होते. वेळ कसा घालवायचा? हा प्रश्न सुटत असे. दुसरा फायदा म्हणजे चालण्याच्या श्रमाने झोपही चांगली लागत असे. घरी आल्यावर स्वतःचे थोडे आवरून, काही वेळ वाचन करून झोपी

जायचे, असा त्याचा दिनक्रम होता. तशी त्याची सांपत्तिक स्थिती वाईट नव्हती. या शहरात छोटासा का होईना, पण स्वत:चा ब्लॉक होता. चांगलीशी नोकरी होती. प्रसंगी धावून येणारे आप्तजन, मित्रमंडळी होती. म्हणावी अशी कुठलीच चिंता त्याला नव्हती. फक्त या एकटेपणाला आता तो कंटाळलेला होता. खूप विचार करून त्याने एकटेपणावर हा लव्हबर्डचा तोडगा काढला होता.

आता मात्र तो ऑफिस संपण्याची आतुरतेने वाट पाहत असे. घरी जाताना तो निलयसाठी काही नेत असे. हो, त्याच्या निळसर रंगावरून त्याने त्याला निलय हे नाव बहाल केले होते. निलयसाठी पिंजरासुद्धा अगदी खूप विचार करून, चार दुकाने हिंडून आणला होता. त्यात झुलण्यासाठी झोपाळा होता. खाणे घालण्यासाठी वाटी होती. बसायला दोन बार होते. मुख्य म्हणजे तो पिंजरा अगदी ऐसपैस होता.

तो लव्हबर्डही आता खूश होता. विक्रेत्याच्या छोट्याशा पिंजऱ्यात इतर २० ते २५ पक्ष्यांबरोबर त्याला अगदी नकोसे झाले होते. त्या गर्दीचा त्याला कंटाळा आला होता. उडायला तर जागा नव्हतीच, पण धड स्वस्थ बसताही येत नव्हते. कुणी ना कुणी धक्का मारत असे. किंवा कुणाचा पंख किंवा नख लागत असे. इथे मात्र तसे नव्हते. या एवढ्या मोठ्या जागेत तो एकटाच होता. मनात येईल तेव्हा झोपाळ्यावर झोके घ्यावेत, नाहीतर स्वस्थ बसून राहावे, आपल्याला खायला उरणार नाही ही धास्ती आता संपली होती. लहर असेल तर दिल्यावर लगेच खावे नाहीतर खुशाल दिवसभर तसेच उरवावे. 'तो'- तो आपला मालक आपल्यावर खूप प्रेम करतो, याची जाणीव त्याला पहिल्या दोन-तीन दिवसांतच झाली होती. तो संध्याकाळी ऑफिसमधून घरी आला की त्याला खूप आनंद होत असे. गोड शीळ घालून, किलबिलाट करून, उड्या मारून तो त्याचे स्वागत करीत असे. आपल्या किलबिलाटातून तो मालकाला खूप काही सांगत असे. दिवसभरातील गोष्टी ऐकवत असे. आपला आनंद मालकाच्या चेहऱ्यावर परावर्तित झालेला पाहून हा सुखावत असे.

ऑफिसमध्ये दिवसभर त्याच्या मनात निलयचे विचार चालू असत. घरी कुणीतरी वाट पाहत आहे, हा विचारच फार सुंदर होता. निलयचं मन

रमविण्यासाठी त्याने पिंजऱ्यात एक रिंग टांगली होती. फळांच्या फोडी, बिस्किटं, ब्रेड, पोळी, असे निरनिराळे पदार्थ तो त्याला देत असे. एकंदरीत त्याने त्याची अगदी उत्तम बडदास्त ठेवली होती.

असेच दिवस जात होते. आता मोठ्या जागेची, नवनवीन खाण्याची नवलाई ओसरायला लागली होती. मालक सकाळी ऑफिसला गेला की तो परत येईपर्यंतचा काळ मोठा वाटायला लागला होता. एकट्याने खाण्याचाही कंटाळा येई. त्याने ऑफिसला जाताना दिलेले दाणे मुद्दामच न खाता रागावून उरवले जात होते. खरं तर, ऑफिसमधून आल्यावर तो याच्या पिंजऱ्याशी येऊन बोलायचा, पण थोडा वेळ. नंतर पुस्तक वाचण्यात रमून जात असे. म्हणजे परत हा एकटाच. याच्या एकटेपणावर तो उपाय शोधू लागला. अचानक त्याच्या मित्राला एक अडचण आली. मित्राकडे बरेच लव्हबर्ड्स होते. त्यातल्या एकीला पिल्ले झाली होती. पण दुर्दैवाने त्या पिल्लांची आई मरण पावली. पक्ष्यांच्या गर्दीत ती पिल्ले ठेवणे सुरक्षित नव्हते, म्हणून त्या मित्राने ती पिल्ले याच्याकडे ठेवून घेण्याची विनंती केली. त्या निमित्ताने निलयलाही कंपनी होईल, अशा विचाराने ती दोन पिल्ले याने घरी आणली.

पिल्ले पिंजऱ्यात ठेवल्यावर निलय तर बिचारा बावचळून गेला. त्यांच्याशी कसे वागावे हेच त्याला कळेना. तो नुसताच दुरून निरीक्षण करत राहिला. ते दोघे पिटुकलेच ऊब शोधत यांच्या जवळ आले आणि हळूच बिलगले. त्याबरोबर निलयला आत्तापर्यंत कधीही न लाभलेले असे अतीव समाधान लाभले. तो अतिशय आनंदून गेला. हळूहळू दोघेजण त्याचे बहिश्चर प्राण झाले. त्याला त्या दोघांपुढे दिवस अपुरा वाटू लागला. आपला मालक कधी बाहेर जातो व परत कधी येतो, याकडेही त्याचे लक्ष राहीनासे झाले. तो एका अभूतपूर्व आनंदात असे. त्याच्या नकळत त्याच्या कंठातून गोड शीळ बाहेर पडत असे. या शिळेतून त्याचा आनंद मालकापर्यंत पोचून तोही सुखावत असे.

पिल्ले मोठी झाली. त्यांचे पूर्ण वाढलेल्या पक्ष्यात परिवर्तन झाले. एक दिवस त्यांचा मालक येऊन त्या दोघांना घेऊन गेला. परत निलय एकटाच राहिला आत्ताचे एकाकीपण आधीच्या एकाकीपणापेक्षा वाईट होते. इतरांच्या सहवासाचे महत्त्व, गोडी आता कळली होती, हे एकटेपण

नकोसे वाटत होते. निलय आता उदास राहू लागला. खायची इच्छा होईना. झोपाळ्यावर बसावेसे वाटेना. कंठातून शीळही उमटेना. संध्याकाळी मालक घरी आल्यावर नाचून त्याचे स्वागत करावेसे वाटेना. ही उदासीनता मालकाच्या लक्षात आली.

एक दिवस ऑफीसला सुट्टी होती. दुपारी त्याने एक प्रयोग केला. खोलीची दारे, खिडक्या घट्ट बंद करून त्याने निलयला हळूच पिंजऱ्याबाहेर काढले आणि आपल्या टेबलावर ठेवले. प्रथम काय करावे हे निलयच्या लक्षातच येईना. त्याने जागच्या जागी उडी मारली. 'अरेच्या, पिंजऱ्याची कड कशी नाही लागली.' त्याने थोडी उंच उडी मारली. 'अरे, मारता येतेय की उंच उडी' मग तो हळूहळू उडू लागला. खोलीत एक फेरी मारून परत टेबलावर येऊन बसला. तो कमालीचा भेदरलेलाच होता. इतक्या दिवसांत त्याची उडण्याची सवयच गेली होती. जरा दम खाऊन परत उडाला. आता मात्र खोलीत दोन-तीन चकरा मारूनच खाली बसला. या खेळातील गंमत त्याला कळाल्यावर चिवचिवाट करू लागला. खूप दिवसांनी त्याच्या कंठातील शीळ उमटलेली ऐकून मालकही सुखावला. थोडा वेळ झाल्यावर मग मालकाने त्याला अलगद उचलून पिंजऱ्यात टाकला. तसं करताना खरं म्हणजे मालकालाही वाईट वाटले. पण काय करणार? बाहेरचे जग वाईट आहे. ते याला अननुभवी पक्ष्याला मुक्तपणे कधीच फिरू देणार नाही. त्याच्या सुरक्षिततेसाठी त्याला पिंजऱ्यात ठेवणेच योग्य होते.

या नवीन खेळाचा नेमच झाला होता. तो ऑफीसमधून आल्यावर रोज त्याला खोलीत मोकळा सोडे. अर्थात दारे, खिडक्या घट्ट लावूनच. दिवसभर पिंजऱ्यात बसून हा त्या संध्याकाळच्या मुक्ततेची वाट बघत असे. एक दिवस अचानक त्याच्या मनात विचार आला, 'त्या पिंजऱ्यासमोरच्या निळ्या निळ्या आकाशात उडताना कसे वाटत असेल?' हाच विचार त्याचा पाठपुरावा करू लागला. संध्याकाळी मोकळे सोडल्यावर उडत जाऊन सारखा त्या खिडकीच्या तावदानावर टोचे मारू लागला. जणू ते उघडण्याचाच प्रयत्न करीत होता. त्याच्या मनातील विचार जणू मालकाला कळले आणि त्याने पटकन त्याला उचलून पिंजऱ्यात टाकले. हा उडून गेला तर? या विचाराने मालकाचा थरकाप झाला. आता त्याच्याशिवाय

जगणं, परत ते पूर्वीचे एकटेपण याचा विचारच तो करू शकत नव्हता. या भीतीने पुढचे सात-आठ दिवस त्याने त्याला पिंजऱ्याबाहेर काढलेच नाही. निलयला बिचाऱ्याला आपले काय चुकले हेच कळत नव्हते. आपल्याला आवडणारी गोष्ट का मिळत नाही, हा प्रश्न सोडवताना त्याचा इवलासा मेंदू शिणून गेला. मालक त्याचे मन जाणत होता.

एक दिवस दारे, खिडक्या लावून त्याने त्याला पिंजऱ्यातून बाहेर काढले. हातात अलगद धरून कात्रीने त्याच्या पंखांची टोके अलवारपणे छाटून टाकली. हे करताना निलयला काही इजा पोचणार नाही याची त्याने पूर्ण दक्षता घेतली. त्याने त्याला अलगद सोडले. निलयने उडायचा प्रयत्न केला. पण हाय, तो उंच न उडता तिथेच टेबलाखाली गेला. त्याने परत परत प्रयत्न केला. पण त्या उंच खिडकीपर्यंत त्याची उडी जाऊ शकत नव्हती. तिथल्या तिथे थोडेसे उडू शकत होता. पण भरारी काही घेता येत नव्हती. त्या त्याच्या केविलवाण्या प्रयत्नांची मालकालाही खूप कीव येत होती. तो म्हणाला, ''काय करू रे मी तरी? माझाही नाईलाज आहे. बाहेर जग किती वाईट आहे याची तुला कल्पना नाही. तू सरळ साधा, इवलासा जीव. तो बोका, तो कुत्रा, ते मोठाले पक्षी तुला सुखाने जगू देणार नाही. हकनाक बळी जाशील. त्यापेक्षा या पिंजऱ्यात आरामात रहा. ना खाण्याची चिंता, ना जीव गमावण्याची धास्ती. हवं तर तुला अजून मोठा, छान पिंजरा मी आणून देतो. हे सगळं मी करतोय ते तुझ्या भल्यासाठीच.''

पण आता लव्हबर्डला काहीच गोड वाटेना. आपल्या पंखांतील ताकदीचा त्याला आता अंदाज आला होता. ती ताकद आजमावून बघण्याची प्रबळ इच्छा त्याच्या मनात जागली होती. कितीही मोठा व सुखसोयींनी युक्त असला तरी तो शेवटी हा पिंजराच. ही जाणीव कुरतडू लागली. शीळ घालणे तर तो कधीच विसरून गेला. हळूहळू हालचालीतील चैतन्य लोपून यांत्रिकता आली. त्याच्या पिंजऱ्यासमोरची खिडकी उघडली की एकच विचार त्याला सतावू लागे. ''मला ही संधी का नाही? इतर इतके निरनिराळे पक्षी त्या निळ्याभोर आकाशात स्वच्छ उडतायेत. त्यांना नाही का हा धोका? पण ते स्वतःचे संरक्षण करून उंच भरारी घेतायेत ना? मलाही मिळू दे की मुक्ततेचा, उंच उडण्याचा आनंद''

मालकाला त्याचे दु:ख कळत होते म्हणूनच की काय, पण तो त्याचे खूप लाड करीत होता. त्याला रिझवायचे प्रयत्न करीत होता. लव्हबर्ड मात्र निश्वासून म्हणत होता, ''अरे, माझ्यावर थोडासा विश्वास टाकायचा होतास, मी जरी उंच भरारी घेतली तरी अंधारून आल्यावर शिणवटा घालवण्यासाठी मी या तुझ्याच घरात, हो, याच सुरक्षित पिंजऱ्यात येणार होतो रे, मी काही पळून जाणार नव्हतो. तुला सोडून जाण्याचा विचारही माझ्या मनात आला नव्हता. मला फक्त माझे बळ आजमवायचे होते. थोड्या स्वातंत्र्याची चव घ्यायची होती, बाकी मी तुझाच आहे.'' भरून आलेले डोळे पुसण्यापलीकडे तो काहीही करू शकत नव्हता.

☐☐

५.
निसरडी वाट

वरून अथांग, शांत दिसणाऱ्या समुद्राच्या पाण्यात आत हळूहळू जशी लाट तयार होत असते तशी ती वेदना हळूहळू त्याच्या शरीरात जागी होऊ लागली. त्या असह्य वेदनेची ती जाणीव त्याच्या पूर्ण शरीराला होऊ लागली. तो भयंकर अस्वस्थ झाला. त्या वेदनेपूर्वीच भीतीची मोठी लाट त्याच्या मनात भरधाव घुसली. आता ही वेदना वाढत वाढत जाणार, पूर्ण शरीरभर पसरणार. हजारो सुया शरीरात टोचाव्यात तशा वेदना होणार. त्याच्या घशाला कोरड पडली, जीभ आत ओढायला लागली. 'पाणी, पाणी...'! पाणी प्यायला म्हणून तो उठू लागला, पण हात-पाय पलंगाला घट्ट बांधल्यामुळे त्याला हलताच येईना. जीभ इतकी आत ओढली गेली होती की तोंडातून आवाजही फुटेना. असाहाय्यपणे तो त्या पलंगावर पडून राहिला. पुण्यासारख्या शहरात तीन तीन प्रशस्त फ्लॅटस्, भक्कम बँक बॅलन्स, गाडी, टू व्हीलर्स इ. इ. चा मालक पाण्याच्या एका घोटासाठी अगतिक होऊन पडून होता. आता वेदनांच्या लाटांनी त्याच्या शरीराचा ताबाच घेतला. जीव एकवटून त्याने हाक मारली. 'सिस्टर...' त्याची ती धडपड पाहून नर्स इंजेक्शन घेऊन आलीच. त्या इंजेक्शनच्या ग्लानीत तो हळूहळू उतरू लागला. "माझा गं राजा बाळाऽऽ आम्हाला गं हवाहवाऽऽ देवाजीनी आम्हा द्यावाऽऽ निरंतर!" आजीची अंगाई त्याच्या कानात घुमू लागली. अगदी अलगद तो आजीच्या कुशीत जाऊन विसावला.

आशुतोष! दोन्ही घरांना उजळवून टाकणारा कुलदीपक! आबासाहेब देशपांड्यांचा एकुलता एक नातू! इंजिनियर व M.B. A. अशी दुहेरी पदवी

असलेल्या रोहित देशपांडेचा मुलगा. रोहिणी, आशुतोषची आईही, चार्टर्ड अकौटंट! अशी डिग्र्‍यांची प्रभावळ देशपांडे कुटुंबाभोवती नुसती झगमगत होती आणि मग या पदव्यांचा हात धरून आलेली लक्ष्मी देशपांड्यांच्या घरात सेवेला हजर होती. रोहित लहानपणापासूनच हुशार व अभ्यासू होता. तो आणि त्याची लहान बहीण राधिका ही दोघंही अत्यंत समंजस मुलं होती. कधीच कुठल्याच बाबतीत त्यांनी वावगा हट्ट केला नव्हता. आबासाहेब देशपांडे अत्यंत हुशार वकील असूनही 'एकही खोटा पैसा कमावणार नाही' या तत्त्वाने वागत असल्यामुळे पदरात यश भरपूर पडत असलं तरी द्रव्य फारसं नव्हतं. पण त्यांच्या नावाचा सर्वत्र दबदबा होता. त्यांना समाजात खूप मान होता. आबासाहेबांच्या पत्नीची-माईंची– त्यांना यामध्ये पूर्ण साथ होती. सच्चेपणाने जो मानाचा पैसा घरात येत होता त्यात माई आपल्या दोन्ही मुलांसमवेत अत्यंत समाधानात राहत होत्या. परमेश्वरानेही या सगळ्याचे फळ म्हणून त्यांचा संसार फारशी कुठली संकटे, दुःखे न येता व्यवस्थित पार पाडला होता. राधिकाला कॉलेजच्या शेवटच्या वर्षात असतानाच आबासाहेबांच्या मित्राने त्यांच्या डॉक्टर मुलासाठी मागणी घातली होती आणि लग्न करून दोघेही आता अमेरिकेत सेटल झाली होती. रोहितचे शिक्षण संपून त्याला एका मल्टीनॅशनल कंपनीत नोकरी लागली तशी माई सुनेची स्वप्नं पाहू लागल्या. खरं तर आबासाहेब 'अजून थोडं थांबू' या विचाराचे होते. रोहितचीही त्यांना साथ होती. त्यांचं म्हणणं होतं, 'हेच थोडे स्वातंत्र्याचे दिवस आहेत, ते पूर्णपणे उपभोगू देत. मग आहेच जन्मभर!' पण मग कंपनीतर्फे परदेशीही जावं लागेल. कदाचित वर्षभरसुद्धा! अशी शक्यता वाटल्याबरोबर आबासाहेबही माईंच्या पक्षात आले आणि दोघांनी मिळून रोहितला लग्नासाठी तयार केले.

रोहिणी ही अशोक व स्वाती कुलकर्णींची एकुलती एक मुलगी. पण एकुलती एक असली तरी स्वातीने तिला अगदी व्यवस्थित शिस्तीत वाढवले होते. कुठलेही नको ते हट्ट, स्वातंत्र्य तिला पुरवले नव्हते. याचाच परिणाम म्हणजे रोहिणी C. A. उत्तम मार्कांनी पास होऊन एका मोठ्या फर्ममध्ये नोकरी करत होती. कुलकर्णी व देशपांडे यांच्या एका कॉमन ओळखीतून रोहित व रोहिणीचे लग्न जमले व अत्यंत आनंदात पार

पडले होते. सुरुवातीची एक दोन वर्षे रोहिणीची या घराशी व घरातील मंडळींशी adjust करण्यात गेली होती. थोडेफार खटके, खोकले उठलेही होते पण त्याची फार मोठी वादळे न होता सर्व जिथल्या तिथेच जिरले होते. माई व रोहिणी पुरेशा समंजस असल्यामुळे दोघीही दोन दोन पावले पुढे आल्या होत्या. त्यामुळे एकंदर सगळ्यांनाच सोयीचे झाले होते. लग्नानंतर दोन वर्षांनी घरात युवराजांचे आगमन झाले. हाच तो आशुतोष! आशुतोषच्या जन्माने जणू आनंदाचे माप शिगोशीग भरले. बाळ चांगल्या नक्षत्रावर जन्मला. कारण त्याच्या जन्मानंतर ३/४ महिन्यातच रोहितला प्रमोशन मिळाले. पगारातही घसघशीत वाढ झाली. अर्थातच सर्व श्रेय बाळाच्या पायगुणाला मिळाले. आशू तर आता अधिकच लाडका झाला.

चार महिन्यांच्या आशूला घरी ठेवून नोकरीला जाताना पहिल्या दिवशी तर रोहिणीचे डोळेच गळायला लागले होते. दिवसभर ऑफिसमध्येही काही काम सुचत नव्हते. डोळ्यांसमोर सतत आशूच येत होता. सारखं वाटत होतं 'त्याच्या रडण्याचा आवाज आला, उठला वाटतं!' संध्याकाळी घरी आल्यावर त्या छोट्या जिवाला छातीशी घट्ट धरून, रोहिणी, हमसून हमसून रडली होती. ते बघून माई म्हणाल्या ''रोहिणी, वाटल्यास रजा अजून थोडी वाढवून घे आणि अगदी नोकरी सोडून दिलीस तरी आमचं काही म्हणणं नाहीये. आशूचे बालपण पूर्ण उपभोगून घे.'' रोहिणीची आई, स्वातीताईही तिथेच होत्या. त्यांनी रोहिणीला शांत केले आणि तिची समजूत घातली. त्यांच्या म्हणण्याप्रमाणे, ''भावनेच्या भरात जाऊन कुठलाही निर्णय घेऊ नये. कारण दोन वर्षात आशू शाळेतही जाऊ लागेल आणि ६ व्या वर्षी त्याची पूर्ण वेळ शाळा सुरू होईल. मग नंतर रोहिणी घरी काय करेल? परत इतक्या जिद्दीने घेतलेल्या शिक्षणाचा उपयोग काय? तसंही आशूकडे बघायला दोन्हीकडचे आजी आजोबा अगदी सज्ज आहेत. तेव्हा परत रोहिणीने घरी कशासाठी राहायचे?'' शेवटी 'बाळाला पाळणाघरात कधीही ठेवायचे नाही. दोन्ही आज्यांनी आलटून पालटून सांभाळायचे.' या तहावर वाटाघाटी संपल्या आणि मग हसत खेळत जेवणे झाली. बघता बघता आशू एक वर्षाचा झाला. आता त्याला पाय फुटले. तो घरभर हुंदडू लागला. त्याच्याशी खेळता खेळता आबा, माई, आजी आणि दादाआजोबा म्हणजेच रोहिणीचे आई-वडील

यांची पुरती दमछाक होऊ लागली. पण त्यातही खूपखूप आनंद भरलेला होता. आशूची एक गळामिठी सगळ्याचं सार्थक करत होती. त्यातून त्याची हुशारी आणि या वयातली समज पाहून सर्वजण थक्क होत होते. आता मात्र दोन बेडरूम्सचा हा प्रशस्त ब्लॉकही लहान वाटू लागला. आशूच्या कपड्यांना, खेळण्यांना कपाट नव्हते. बरं, नवीन कपाट घ्यावे तर दोन्ही बेडरूम्स आधीच सामानांनी पॅक होत्या. शेवटी सर्वानुमते तीन बेडरूम्सचा फ्लॅट घ्यायचे ठरले. ठरल्यावर उशीर कशाला? ताबडतोब रोहित व रोहिणी फ्लॅट संशोधनाच्या मोहिमेवर निघाले. बरेच फ्लॅट नाकारून शेवटी एका मोठ्या complex मधल्या एका मोठ्या फ्लॅटवर शिक्कामोर्तब झाले. तीन बेडरूम्स, हॉल किचन, परत एक प्रशस्त टेरेस! खाली खेळायला भरपूर जागा, swimming pool, सबकुछ! आशूचे शाळेतील पदार्पण हे नवीन घरातूनच झाले. जुना फ्लॅट, 'राहू दे कधी लागला तर!' अशा भावनेने काढून न टाकता भाड्याने दिला आणि कदाचित त्याच वयात आशूने 'मजा आहे एका मुलाची! नशीबवान आहे आशू! तीन तीन फ्लॅट्स आहेत याच्या नशिबात!'' ही वाक्यं पहिल्यांदा ऐकली असावीत. कारण रोहिणीला भावंड नसल्यामुळे तिच्या आई-बाबांचे घरही वारसाहक्काने आशूलाच मिळणार आहे.

तर अशा लाडाकोडात आशू वाढत होता. यात नवीन ते काय? हल्ली बऱ्याच घरात असंच असतं. आशूच्या तोंडून शब्द बाहेर पडण्याचा अवकाश की तो झेलायला सर्वजण तत्पर असत. रीतीप्रमाणे आशूही आता पुरेसा हट्टी झाला होता. आपल्या एकेका अश्रूचे मोल तो जाणू लागला होता. कुणावर कुठले अस्त्र वापरायचे यात तो तरबेज झाला होता. आई ऑफिसला निघाली की अतिशय केविलवाणेपणे "आई, तू नको नं जाऊ!" म्हणताना डोळे भरून येण्यासाठी त्याला फारसे कष्ट करावे लागत नसत. त्या बदल्यात रोज चॉकलेट, आईस्क्रीम किंवा नवीन खेळणेही मिळू शकते हे त्याच्या तिसऱ्या वर्षीच लक्षात आले होते. "मला आज नाही जायचंय शाळेत." असं रडत लोळणं घेतलं की डब्यात भाजी पोळीच्याऐवजी मॅगी व वेफर्स, क्रीम बिस्किटं किंवा अगदी कोपऱ्यावरच्या हॉटेलमधील इडली, वडासुद्धा मिळू शकतो हे कळायला त्याला चौथीमध्ये जाणं पुरेसं होतं. आता हळूहळू त्याच्या या हट्टांना आणि मागण्यांना खरं

तर माई आणि आबा कंटाळू लागले होते. कारण आईबाबा घराबाहेर पडल्यावर आशूचा हट्टीपणा व आक्रस्ताळेपणा वाढतच असे. त्याच्या निरनिराळ्या मागण्या पुरवताना दोघेही अगदी दमून जात, "सांभाळा बाबा तुमचा मुलगा तुम्हीच. आम्हाला आता नाही झेपत. आम्हाला मोकळीक द्या जरा!" असे रोहित व रोहिणीला सांगावे असे त्यांना फार वाटे. पण धीर होत नव्हता. नवीन फ्लॅटचे लोनही अजून फिटायचं होतं. बरं, आशूला शिस्त लावायला जावं तर संध्याकाळी जर आशूचा चेहेरा उतरलेला दिसला तर रोहिणीच्या कपाळावरच्या आठ्यांना उत्तर द्यावे लागे. आशूच्या अभ्यासाचीही तीच तऱ्हा! आबा आणि माईंनी कितीही आरडाओरडा केला, अगदी विनवण्या केल्या तरी आशू कधीच अभ्यासाला बसत नसे. रात्री रोहिणी इतकी कंटाळलेली असे की तिलाही हे काम नकोच वाटे. तशातही जर आशूला जबरदस्तीने रात्री अभ्यासाला बसवलेच तर तिच्या आरड्याओरड्यामुळे रोहित चिडे व तो तिला सांगायचा प्रयत्न करे. या सगळ्या गोंधळात आशूचा अभ्यास बाजूला राहून त्याच्या आईबाबांचे जोरदार भांडण सुरू होई. या सगळ्यामुळे आशूचा अभ्यास कधीच पूर्ण झालेला नसे. यावरून आशुतोषला शाळेत कायम शिक्षा होई व रिमार्क मिळत. त्या रिमार्कवर पालकांची सही लागे. यावरही आशुतोषने आपली हुशारी वापरली होती. आईबाबा ऑफीसला गेल्यावरच तो हा विषय काढे आणि 'शाळेत शिक्षा होईल' असे दीनवाणेपणाने सांगून आजोबांचीच सही तो मिळवे. दर वेळी सही करताना आबा त्याला "ही शेवटचीच सही हं! परत मी सही करणार नाही!" असे बजावत असत. आता आबांनाही आशूच्या एकंदर अभ्यासाची काळजी वाटू लागली होती. तो शाळेत गेल्यावर बऱ्याचदा माई व आबांची याबद्दल चर्चा होई. रोहित, रोहिणीच्या कानावर ही गोष्ट घालायला हवी असेही वाटे पण त्यानंतर होणाऱ्या मुलाच्या व सुनेच्या भांडणाला ते दोघे घाबरत होते.

माई आणि आबांवर आशूच्या अभ्यासाची तक्रार करण्याची वेळच आली नाही. कारण एक दिवस शाळेच्या प्रिन्सिपॉल बाईंचा रोहिणीला ऑफिसात फोन आला आणि दोघांनाही शाळेत भेटायला बोलावले. शाळेत रोहित व रोहिणीसमोर आशूचे कॅलेंडर, (ज्यात त्याच्याबद्दलचे रिमार्कस् शिक्षकांनी दिले होते) आणि एक वही टाकली. रिमार्कस्‌वर

आजोबांच्या सह्या होत्याच पण त्या वहीतही शेवटच्या पानावर तशाच खूप सह्या होत्या. "म्हणजे? हे सर्व काय आहे?" रोहिणी व रोहितला काही उलगडाच होईना. "पाहा. विचार करून बघा." प्रिन्सिपॉल म्हणाल्या. होय! आशुतोषने आजोबांची सही गिरवलेली होती आणि आता तो सहज स्वत:च त्यांची सही करू शकतो. ह्या आणि अनेक तक्रारी शिक्षक सांगत होते. आशुतोषचे होमवर्क पूर्ण नसते. वर्गात लक्ष नसते. शाळेत परवानगी नसतानाही तो व्हिडिओ गेम्स शाळेत आणतो. इ. इ. शेवटी तर गेल्या तीन वर्षांतील रजिस्टर्स आणून शिक्षकांनी आशुतोषच्या मार्कांची उतरती भाजणीच दोघांना दाखवून दिली. त्या दिवशी रात्री रोहित, रोहिणी, आबा, माई व रोहिणीचे आईवडील यांची घनघोर चर्चा झाली. चर्चा म्हणजे 'तुझं काय आणि कसं चुकलं' हे प्रत्येक जण दुसऱ्याला सांगत होते. प्रत्येक जण स्वत:च्या वागण्याचं समर्थन करत होते आणि असं वागण्यावाचून कसं गत्यंतर नाही हे पटवून देत होते. रोहिणीच्या आईवडिलांचे म्हणणे होते की "आमचा एकुलता एक नातू! इतका हुशार! मग आम्ही त्याचं थोडं कौतुक केलं तर काय बिघडलं? त्यातून तो कधीतरीच आमच्याकडे येणार मग तेवढ्यात त्याला नाराज कसं करायचं?" माई आणि आबांना दिवसभर घर सांभाळणं, कामवाल्या बायांच्या वेळा सांभाळणं, आशुतोषच्या स्कूलबसच्या वेळा सांभाळणं, यातचं थकायला होत होतं. परत आशुतोषच्या हट्टांना तोंड द्यायची ताकद त्यांच्यात उरत नव्हती. रोहितचा तर प्रश्नच नव्हता. त्याच्या ऑफीसचे प्रोजेक्ट्स, टार्गेट्स, डेडलाईन्स यात तो इतका बिझी होता की आशुतोषचा अभ्यास, progress report यासारख्या किरकोळ बाबींकडे लक्ष द्यायला त्याच्याकडे वेळच नव्हता आणि मुळात त्याच्या मते घरात इतर इतकी माणसं असताना हा प्रश्न त्याच्यापर्यंत पोचण्याची काही गरजच नव्हती. "आयुष्याच्या या टप्प्यावर आता नोकरी सोडून घरी बसणे मला शक्यच नाही!" हे रोहिणीने स्वत:ला आणि इतरांना पूर्णपणे पटवून दिले होते. हां आता 'आशुतोषचे काय?' हा किरकोळ प्रश्न उरला होता. पण, 'त्याला कुठला तरी चांगला क्लास लावून अभ्यास करायला लावू या!' हे उत्तर सर्वानुमते ठरले होते. त्याप्रमाणे आशुतोषला एक भरभक्कम फी असलेल्या ट्यूशनमध्ये अडकवून टाकण्यात आले. खरं तर, आबांच्या अनुभवी नजरेला हे सगळं

खुपत होते. त्यांच्या मते ठसठसणाऱ्या गळूला हे फक्त वरून मलम लावण्यासारखे झाले. मुळात गळू का झाले याचा शोध घ्यायला हवा. पण हे कोणी लक्षातच घेत नव्हते. याची चर्चा त्यांनी माईशी करण्याचा प्रयत्न केला पण वयाच्या विसाव्या वर्षी माईच्या गळ्यात संसार पडलेला, आता पासष्टी ओलांडली तरी त्यातून सुटका नाही या भावनेने वेंगलेल्या माईंना या कुठल्याही सत्याशी सामना करायचा नव्हता. त्यामुळे त्यांनी 'जो तो आपले नशीब घेऊन जन्माला येतो. आपण काही कुणाच्या जन्माला पुरत नसतो!' या तत्त्वज्ञानाची ढाल पुढे केली होती.

असेच दिवसामागून महिने आणि वर्ष जात राहिली. आशुतोष आता आठवीत गेला होता. अभ्यासातील प्रगती यथातथाच होती. पण अजून जाचक बंधने नको असतील तर नापास न होता पुढे जात राहिले पाहिजे हे जाणून घेण्याची हुशारी आशुतोषकडे नक्कीच होती. ७वी मध्ये सायकल हातात आली. सायकलमुळे स्कूलबसही सुटली होती. सायकलवर मित्रांबरोबर कुठेही भटकता येत होते. आतापर्यंत स्कूलबस असली तरी 'गरज पडली तर' म्हणून पाच/दहा रुपये आशुतोषच्या दप्तरात असतच. पण या वर्षाच्या सुरुवातीलाच त्याने वाद घालून चिडून ओरडून दर महिन्याला पॉकेटमनी मिळवायला सुरुवात केली होती. त्यामुळे कधीही, काहीही विकत घ्यायचे असेल तर त्याला घरी कुणाला विचारायला लागत नसे. 'आशुतोषच्या खिशात कायम पैसे असतात' ही बातमी मित्रांच्यात पसरायला वेळ लागला नाही. त्यामुळे कधीही वडापाव, मिसळ खायची हुक्की आली की मुलं आशुतोषच्या गळ्यात गळा घालत असत. पैशाच्या उबेमुळे आपल्याला मान मिळतो या विचाराने आशुतोष सुखावू लागला. त्या भरात तो मित्रांच्या मागण्या उदारहस्ते पूर्ण करत असे. आता त्याचे मित्रमंडळही वाढू लागले. इतर वर्गातली मुलेही त्याला मित्र मानू लागली. योग्य वेळी म्हणजेच पैशांची गरज लागल्यावर आशुतोषला लाडीगोडी लावू लागली. त्यामुळे त्याचा वाढदिवस जोरदार करायचा असा त्याच्या त्या सर्व मित्रांनी ठराव मांडला आणि त्या १५/२० जणांनी मिळून हॉटेलही ठरवले. खर्च अर्थातच आशुतोष करणार होता. कारण एकतर वाढदिवस त्याचा होता आणि दुसरं म्हणजे इतके स्वतःचे पैसे असणारा नशीबवान दुसरा कुणीच नव्हता. हा खर्चाचा आकडा खरं तर मोठा होता.

पण आता पार्टीला नकार दिला तर मित्रांपुढे त्याची नाचक्की होणार होती. आता हा त्याच्या इज्जतीचा प्रश्न होता. ही पैशांची मागणी कुणापुढे आणि कशी करायची यावर आशुतोष २/३ दिवस विचार करत होता. बाबांच्यासमोर हा विषय न काढलेलाच बरा! कारण बाबांचा मूड त्यांच्या ऑफिसमधील टेन्शनवर अवलंबून असतो. ऑफिसमधूनच ते जर वैतागून आलेले असतील तर ते खाड्कन नकार देऊन विषय बंद करून टाकतील. मग पुढे काहीही बोलता येत नाही. आजोबाही तसे डेंजरस आहेत. फारसे कधी बोलत नाहीत पण आशुतोषवर बारीक नजर ठेवून असत. त्याच्या कित्येक गोष्टी त्यांना पटत नसत. त्यावर ते जरी फारसे भाष्य करीत नसले तरी नजरेतून ते हा मेसेज आशुतोषपर्यंत पोचवत असत. त्यामुळे मनातून तो आजोबांना वचकून असे. त्यामुळे आजोबा जेव्हा त्यांच्या मित्रांना भेटायला हास्यक्लबात जातात, तेव्हाच हा विषय काढायला पाहिजे. राहत्या राहिल्या आई आणि आजी! आजीला काय दोन-चार मिठा मारल्या आणि "खूप दिवसांत गोडाचा शिरा केला नाहीस, मला देतेस करून?" असं म्हणून गुंडाळून ठेवता येतं. आता आईलाच कसं handle करायचं त्याची नीट आखणी केली पाहिजे. त्याच्या योजनेनुसार आशुतोष आठवडाभर घरी संध्याकाळी अगदी वेळेत येऊ लागला. जेव्हा वेळ मिळेल तेव्हा पुस्तकं घेऊन अभ्यासाला बसू लागला. त्यामुळे दोन हेतू साध्य झाले. अभ्यासाचा बराचसा backlog भरून निघाला आणि आजी-आजोबांच्या चेहऱ्यावर कौतुकाच्या रेषा दिसू लागल्या. रात्रीसुद्धा सतत कॉम्प्युटरसमोर न बसता तो आईभोवती घोटाळू लागला. तिच्याशी इतर विषयांवर गप्पा मारू लागला. यामुळे आई तर इतकी सुखावली की चार-पाच दिवसांतच ती त्याला तिच्या ऑफिसमधलं राजकारण कसं आहे हे ही सांगू लागली. तिचं टेन्शन त्याच्याशी शेअर करू लागली. अशातच संधी साधून आशूने आपल्या वाढदिवसाचा विषय काढला आणि मित्रांना हॉटेलात पार्टी देणार असल्याचे जाहीर केले. अर्थातच आई व आजीचा विरोध होता. त्यांचे म्हणणे होते की, 'दर वर्षीप्रमाणे सर्व मित्रांना घरी बोलाव. आपण मस्त मेनू करू. वाटल्यास अगदी बाहेरून काहीतरी आणू!" पण सध्याचे आपले मित्र हे घरी आणण्यासारखे नाहीत हे आशूला मनोमन जाणवत होते. त्यातून आता हॉटेलचा प्रोग्रॅम बदलणे

म्हणजे आपली इज्जत घालवण्यासारखे आहे असेही त्याला वाटत होते. त्यामुळे आशूविरुद्ध आई आणि आजी यांचा वाद रंगत चालला होता. त्याचवेळी नेमके रोहिणीचे आईवडील, आशूचे ते आजीआजोबा आले. त्यांच्या येण्यामुळे वाद जरी थांबला असला तरी घरातले तंग वातावरण त्यांच्या लक्षात आले. त्यांनी खोदून विचारले, त्याबरोबर थांबलेला वाद पुन्हा रंगला. आपली बाजू घेणारी पार्टी जड झाली म्हटल्यावर आशूचा आवाज चढला. आता तर डोळ्यांत पाणीही जमू लागले. (अर्थात हे कौशल्य आशूला बऱ्याच दिवसांनंतर वापरायला लागलं होतं, पण त्यातली पारंगतता काही कमी झाली नव्हती.) त्याबरोबर रोहिणीची आई लगेच विरघळली आणि तिने आपला हुकमी स्वर लावला. आता रोहिणीला माघार घेण्यावाचून गत्यंतर नव्हते. तिने आशूला "किती पैसे हवेत?" असे विचारले. खरं तर आशूच्या उत्तराने म्हणजे त्या आकड्याने सगळेच हबकले. पण परत आशूने कांगावा करून करून "हल्ली सर्वजण असेच पैसे आणतात आणि बाहेर पार्टी देतात. हवं तर तुम्ही शाळेत येऊन विचारा." असे उत्तर दिले. यात आशूने कॅलक्युलेटेड रिस्क घेतली होती. पण आईच्या गप्पांमधून तिच्या ऑफिसमध्ये चालू असलेल्या audit चा उपयोग त्याने करून घेतला. म्हणजे आईला आत्ता या उचापती करायला वेळ नसणार. हे नक्की! आजी-आजोबा काही शाळेत येणार नाहीत. एकंदर अशा रीतीने वाद मिटला व रक्कम सँक्शन झाली. त्या आनंदात आशू आज मनापासून घरात सगळ्या गप्पांमध्ये रमला. या गप्पांमध्येच त्याने त्या आजीकडून (रोहिणीच्या आईकडून) परत एकदा "आशूला काय कमी आहे? तीन-तीन घरांचा एकटा वारसदार आहे तो! दोन्ही हातांनी उधळले तरी संपायची नाही इतकी इस्टेट आहे. आमचाही पैसा आमच्यानंतर त्याचाच आहे." हा डायलॉग ऐकला. तशी त्याने ही वाक्यं फार लहानपणापासूच ऐकली होती. पण आज ती जरा नव्यानेच जाणवली. ती परत परत नव्याने मनात घोळवताना त्या सगळ्यातून काही वेगळाच अर्थ त्याला जाणवायला लागला होता. रात्री अंथरुणावर पडल्यावरही आजीचा तो डायलॉग त्याला ऐकू येत होता. "म्हणजे...म्हणजे हे सगळं आपल्याला एकट्याला मिळणार आहे? आपल्या हातात खूप पैसा असणार आहे? ज्याच्यामुळे आपल्याला बाहेर खूप रुबाब मारता येणार

आहे'' या सगळ्या विचारांबरोबरच एक विचार आशुतोषच्या मनाच्या कोपऱ्यात उभा होता आणि त्याचे लक्ष वेधून घ्यायचा प्रयत्न करत होता. तो म्हणजे या पाच सहा दिवसात आपण आईशी जेव्हा गप्पा मारत होतो तेव्हा खूप खूप छान वाटत होतं. आई जेव्हा तिच्या ऑफिसमधल्या गोष्टी सांगत होती तेव्हा तर अगदी मोठ्ठं झाल्यासारखं, मॅच्युअर्ड झाल्यासारखं वाटत होतं. तिच्या मनावरचं कामाचं टेन्शन आपणही वाटून घ्यावं, तिला मानसिक आधार द्यावा असं काहीसं वाटत होतं. नक्की काय ते कळत नव्हतं पण आपण मोठं होऊन आईलाच कुशीत घ्यावं आणि म्हणावं, ''अगं, मी आहे ना? तू काळजी करू नकोस!'' असं काहीसं वाटत होतं. खरं तर या भावना आशुलाही नवीनच होत्या त्यामुळे त्याला गोंधळल्यासारखंच झालं होतं. हे आपल्याला नक्की काय वाटतंय तेच त्याला कळत नव्हतं. पण एक नक्की, तेव्हा अगदी आतून आतून आनंद वाटत होता. खूप काहीतरी सापडतंय असं वाटत होतं. पण शाळेतल्या मित्रांची आठवण आल्याबरोबर हे सगळे विचार पळून गेले होते आणि आपण हे पैसे मिळवून आणखी एक डावपेच जिंकल्याचा आनंद झाला होता.

अशा एकेक लढाया जिंकत आशुतोषची वाटचाल चालू होती. अर्थात तिची दिशा कुठली आहे– यशाकडे की अधोगतीकडे– याचा विचार करायला घरात कुणाकडे वेळ नव्हता. आताशा आपल्याला काय कमी आहे? आपल्याकडे चिकार पैसा आहे, जो पुढे आपल्याला एकट्यालाच मिळणार आहे. हा विचार त्याच्या मनात मूळ धरू लागला. आशू दहावी ६६% नी पास झाला तेव्हा परत एकदा देशपांडेच्या घरात एक वादळ उठलं. एवढे महागडे क्लास लावले, त्याने जे जे मागितलं ते ते त्याला पुरवलं तरी इतके कमी मार्क कसे? परत सगळी आरोप प्रत्यारोपांची उजळणी झाली. अपयशाची जबाबदारी घ्यायला कुणाचीच तयारी नसते त्यामुळे परत प्रत्येकाने दुसऱ्याकडे बोट दाखवले. हे लुटुपुटीचे युद्ध आशूकडून ''१२ वीला खूप मनापासून अभ्यास करीन.'' असे वचन घेऊन संपले. यामध्ये एक नवीनच conclusion निघाले. तरी बरं आशूचे आई आणि वडील दोघेही कमवतायत त्यामुळे त्याला हव्या त्या कॉलेजमध्ये admission मिळायला काहीच अडचण नाही. कारण हल्ली डोनेशनचे

आकडे काहीच्या काही वाढलेत. ठरल्याप्रमाणे भरपूर पैसे भरून आशूला एका नामवंत कॉलेजमध्ये admission मिळाली. कॉलेजमधील पहिले सहा महिने खूपच छान गेले. जुने मित्र सुटल्यामळे आशू आपोआपच अभ्यासकडे वळला. मन लावून lectures ऐकू लागला. क्लास attend करू लागला. त्याच्या लक्षात आलं, आपणही हुशार आहोत, विषय आपल्याला पटापट समजतात. थोडा धीर केला तर वर्गात उठून उत्तरंही देता येतात. या सगळ्यामुळे उत्साह येऊन तो घरीही अभ्यास करू लागला. आशूमधील या बदलामुळे माई आणि मुख्य म्हणजे आबा सुखावले. वाट चुकलेलं कोकरू परत कळपात आल्यासारखं काहीसं त्यांना वाटलं. या समाधानात कॉलेजचं पहिलं वर्ष संपलं. आशूने मार्कही चांगले मिळवले. त्याबद्दल त्याला नवी कोरी मोटरसायकल मिळाली. साहजिकच त्याच्या पॉकेटमनीमध्ये भरभक्कम वाढ करावी लागली. कारण पेट्रोलचे भाव तर सतत वाढतच असतात. आशू कॉलेजमध्ये रुळला. आता तर मुलींवर भाव मारायला मोटरसायकलही होती. साहजिकच त्याचं मित्रमंडळ वाढायला लागलं. परत एकदा तीच ती जुनी 'पैशाच्या जोरावर मिळणारी लीडरशीप भावना'' मनाला सुखवायला लागली. त्यामुळे आशूने सगळ्यांना पार्टी देणे, सिनेमाची तिकिटे काढणे, कितीही दूर जायचं असेल तरी मोटरसायकलवर सोडणे हे वारंवार घडायला लागले. हां, आता हे extra पैसे मिळवताना घरी वेगवेगळ्या थापा मारायला लागायच्या. पण आशूच्या मूळ हुशारीने त्याला इथे पुरेपूर साथ दिली. त्यामुळे दरवेळी नवी थाप त्याला सहज सुचत असे. जेव्हा ग्रुपमध्ये सर्व मुली 'आशुतोष माझाच कसा fast friend आहे' हे पटवायचा प्रयत्न करायच्या तेव्हा तर अगदी पाय जमिनीवरून उचललेच जायचे. या सर्व प्रवासात सिगरेटची साथ आणि मग सवय कधी लागली ते आता आशूलाही आठवत नाही. बारावीच्या दुसऱ्या टर्मला अदिती ग्रुपमध्ये आली. ही इतरांपेक्षा काहीशी वेगळीच होती. तिच्या आवडीनिवडी, विचार वेगळे होते. ती क्वचितच सिनेमाला यायची. म्हणायची, ''कुठल्यातरी फालतू सिनेमा बघण्यापेक्षा मी घरी जाऊन पुस्तक वाचत बसेन.'' हॉटेलमध्ये आली तरी स्वत:चे बिल स्वत: भरायची. जेव्हा आशूला सर्वजण party देण्यासाठी भरीला घालायचे तेव्हा मग आदिती काहीतरी

कारण सांगून येणंच टाळायची आणि आली तरी फक्त कॉफीच प्यायची. या सर्व गोष्टी आशुतोषच्या हळूहळू लक्षात आल्या. आदिती आपल्याला, आपल्या सर्वांवर पैसे उधळण्याला भाव देत नाही हे त्यांच्या लक्षात आले. अप्राप्य गोष्टीची जास्त ओढ वाटते या न्यायाने आशुतोष आदितीवर इंप्रेशन मारण्याचा जास्त प्रयत्न करू लागला. एकदा अशाच एका प्रसंगात अदितीने त्याला खडसावलेच. तिने त्याला स्पष्टच विचारले, ''तुझ्यात असे काय गुण किंवा कर्तृत्व आहे की मी तुझ्यात इंटरेस्ट घ्यावा? आणि पैशाचा रुबाब तर मला दाखवूच नकोस. कारण तो तुझा नाही, तर तुझ्या वाडवडिलांच्या कर्तृत्वाचा पुरावा आहे. तू ती वरून पांघरलेली झूल आहे. तेव्हा मी तुझ्यात इंटरेस्ट घेईन या आशेवर तू राहू नकोस.'' हा नकार पचवणं आशुतोषला अवघड गेलं. कारण आजपर्यंत मनात आणलेली प्रत्येक इच्छा पूर्णच झाली होती. सरळपणे किंवा थोड्या टेढ्या उंगलीने, पण असा स्पष्ट नकार कधी मिळाला नव्हता. आशुतोष सैरभैर झाला. त्याचं अभ्यासावरून लक्ष उडालं. ट्यूशन, क्लासेसना तो दांड्या मारू लागला. पण कॉलेजमध्ये मात्र तो नियमित जाई. कारण ग्रुपमध्ये अदिती निदान दिसत असे.

अशा सैरभैर अवस्थेतच राजन आणि कंपनीने आशुतोषला गाठले. त्याच्याशी मैत्री वाढवली आणि अलगद त्याच्या मनातला सल त्यांनी जाणून घेतला. अदितीच्या नकाराने ठेचलेला अहंकार राजन अलगद फुलवू लागला. राजनला अगदी हवा तसाच बकरा आशुतोष होता. त्यांनी आशुतोषला व्यवस्थित ताब्यात घेतला. प्रथम त्याला drinks ची सवय लावली. एक वर्षभरातच आशुतोष बिअर वरून Hard drinks कडे वळला. राजन आणि त्याच्या मित्रांबरोबर तो आता वारंवार पार्ट्यांना जाऊ लागला. याच वेळी नेमकी आशूच्या बाबांना U.S चा project मिळाला. ते U.S. ला गेले. पाठोपाठ ६ महिन्यांची रजा काढून आईही U.S.ला गेली. आजी-आजोबांना आशुतोषची आणि आशूला त्यांची सोबत असल्यामुळे तसा काही इथला प्रश्न नव्हता. पण आता आबांना B.P., heartattack या दुखण्यांनी गाठलं होतं. त्यामुळे आजी-आजोबा त्यांची तब्येत सांभाळण्यात गुंतलेले होते. त्यामुळे आशुतोषवर कुणाचाच वचक राहिलेला नव्हता. त्याच्याकडे घराची चावी असल्यामुळे रात्री तो

किती वाजता येऊन झोपतो ते कळत नसे. आता त्याची गाडी चांगलीच उताराला लागली होती. Drink शिवाय त्याचे चालेनासे झाले होते. जुने मित्र कधीच सुटले होते. राजन, मदन, अशोक, विलास असे नवनवे मित्र जमले होते. जे त्याला नव्या नव्या जगाची ओळख करून देते होते. या सर्व चैनी पूर्ण करण्याकरता लागणाऱ्या पैशाची सोय कशी करायची ते रस्तेही तेच दाखवत होते. आशूच्या पैशाच्या मागण्या बाबा पूर्ण करत होते. त्यांनी स्वत:ची समजूत घातली होती की, 'आपण त्याच्याजवळ नाही, त्यामुळे तो सारखा त्याच्या मित्रांच्यात राहाणं स्वाभाविकच आहे. शिवाय आपण एवढं कमावतोय ते कोणासाठी? आशू एकटाच तर आहे, करू दे त्याला थोडी मजा!' त्यामुळे कुणीच फारशी चौकशी न करता पैशांचा ओघ आशूकडे अखंड चालू होता.

हे सगळं असंच सुरळीत चालू राहिलं असतं, जर त्या एका पार्टीवर पोलिसांची धाड पडली नसती. अशीच एक फ्रेशर्स पार्टी होती. खरं तर आता आशूतोषला पार्टी कुठे आणि कुणासाठी आहे ह्याने काही फरक पडत नव्हता. हस्ते परहस्ते त्याला पार्टीचे निमंत्रण मिळत असे आणि ठरावीक मित्रांबरोबर तो तिथे पोचत असे. इतर लोक कोण आहेत, कुठले आहेत हे कधी कधी त्याला माहीतही नसे. त्याला त्याची फिकीरही नसे. अशाच एका पार्टीवर रात्री दोन वाजता पोलिसांनी छापा टाकला. पोलिसांनी आशुतोषला धरले तेव्हा त्याला धड उभेही राहता येत नव्हते. पोलीस स्टेशनमधून घरी फोन आला तेव्हा नशिबानेच आशूची आई, रोहिणी भारतात घरी होती. नाहीतर आबा आणि माईंना हा सगळा धक्का झेपलाच नसता. मध्यरात्री रोहिणी आणि आबा पोलीस स्टेशनवर धावले. इन्स्पेक्टर पाटलांनी इतरांबरोबर आशूलाही २/४ दणके दिले होते. डावा गाल सुजलेला होता. रीतसर सगळे कायदेशीर सोपस्कार करून घरी यायला सकाळच उजाडली. रोहिणीचं तर डोकंच सुन्न झालं होतं. तिला बधिरता आली होती. खूप जोरात रडलं, ओरडलं तर आतून बरं वाटेल असं वाटत असताना डोळे मात्र कोरडे ठक्क होते. दोन दिवसात रोहितही U.S. हून येणार होता.

४/५ दिवसांनी संध्याकाळी इन्स्पेक्टर पाटील देशपांड्यांच्या घरी आले. पाटील पोलीस युनिफॉर्ममध्ये न येता civil ड्रेसमध्ये आल्यामुळे

खरं तर त्यांना पटकन कुणी ओळखलंच नाही. पाटलांनाचं स्वत:ची ओळख करून द्यावी लागली होती. ओळख पटल्यावर रोहित व रोहिणीला त्या दिवसाच्या आठवणीने अजूनच खजील व्हायला झालं होतं. पण पाटलांनीच वातावरण थोडं मोकळं केलं. इन्स्पेक्टर पाटलांचे पूर्ण आयुष्य पोलीस नोकरीत गेलं असल्यामुळे जीवनातल्या काळ्या बाजूचे दर्शन त्यांनी पदोपदी घेतले होते. तरीही त्यांचे संवेदनशील मन मात्र जागृत होते. औषधोपचारापेक्षा रोगाचे मूळ शोधून त्याचे उद्घाटन करावे अशा मताचे ते होते. त्यामुळे गुन्हेगारांना शिक्षा करण्यापेक्षा त्यांना गुन्ह्यापासून परावृत्त करण्याकडे त्यांचा कल होता. अशाच काही विचाराने ते आशुतोषच्या घरच्यांना भेटायला आले होते. पाटीलांशी बोलताना रोहित व रोहिणीच्या मनाचे बांध फुटले. त्यांना एकच प्रश्न छळत होता. 'आम्ही आशूला काय कमी केले म्हणून तो या दिशेला वळला. प्रत्येक गोष्ट त्याला दिली, किती लाड केले तरी आमच्या पदरी अपयश का?' पाटीलांनी त्या दोघांच्या मनातली मळमळ त्यांच्या डोळ्यांवाटे वाहू दिली. शांतपणे त्यांचे सर्व ऐकून घेतले. मग त्यांना समजावले. ते म्हणाले, "कदाचित अति संपन्नतेच्यामुळे निर्माण होणारा हा प्रश्न असेल. आता आपल्याला सगळ्यांनाच हा विचार करायला हवाय. आपल्या मुलांच्या गरजा नक्की काय आहेत? पैसे टाकून मिळवता येणारी, मन तात्पुरतं रमवणारी आणि त्याचबरोबर अजून हाव वाढवणारी निरनिराळी खेळणी, साधनं? की अजून काही? आपण हे असे ऊर फुटेस्तोवर का धावतोय? अशा प्रकारे जर आपली ओंजळ रितीच राहणार असेल तर त्या धावण्याला तरी काय अर्थ आहे? शिक्षण, करीअर, पैसा, स्वातंत्र्य, संसारीक जबाबदाऱ्या हे सर्वच खूप जटील प्रश्न आहेत. या प्रश्नांचा गुंता खूप नाजूक हलक्या हातांनी सोडवायला हवा. पण आयुष्याचा डाव हरायचा नसेल तर हा विचार करणं खूप गरजेचं आहे."

आज व्यसनमुक्ती केंद्रात उपचार घेत असलेला आशुतोष रोहित देशपांडे आपल्या कॉटवर पडल्या पडल्या हाच विचार करत होता. "आई, तू मला इतकी कमी का मिळालीस? आजीने माझ्यावर खूप माया केली पण वेळेला ओरडण्याकरता, शिक्षा करण्याकरता, माझ्याशी कडकपणे वागण्याकरता आई तूच हवी होतीस. हो, प्रत्येक नवं खेळणं, नव्या वस्तू

मला हव्या होत्या. पण आता या वेदना सोसताना कळतंय, की कधी कधी नकारही मिळायला हवे होते. अगं आई, ३/३ फ्लॅटस्, तो पैसा या आत्ताच्या माझ्या वेदना थांबवण्यासाठी काहीही उपयोगाचे नाहीत. त्या पाटील सरांनी जेव्हा जोरदार २/३ कानफडात मारल्या ना? तेव्हा ते म्हणत होते की ''या वेळच्या वेळी तुमच्या आईवडिलांनी मारल्या असल्या ना, तर आज तुमच्यावर ही वेळ आली नसती.'' आत्ता इथे पलंगाला हातपाय बांधून मी असा पडलोय ना तेव्हा हेच सगळे विचार करतोय. आई, बाबा, आजी, आबा मी खूप चुकलोय. तुमच्या प्रेमाचा मी खूप गैरफायदा घेतला. तुम्हाला खूप त्रास दिला. पण मी या सगळ्यातून बरा होईन. परत घरी येईन. खूप अभ्यास करीन. अगदी शहाण्यासारखा वागेन. मग आपण नं. सगळेजण एकत्र राहूयात. खूप गप्पा मारूयात. बाबा, तुम्ही पण तुमची कामाची टेन्शन्स आमच्याशी शेअर करा. हो, आता मी मोठा झालोय. तुम्ही आता काळजी करू नका. आता मी तुम्हाला सगळ्यांना सांभाळणार. आबांना औषध देणार, आजीला हात धरून तिच्या मैत्रिणींकडे नेऊन सोडणार आई, तुला भाजी आणून...

आणि आशुतोषला हळूहळू गाढ झोप लागली.

□□

६. कस्तुरीमृग

घराला कुलूप लावून मी घाईघाईने निघाले. खरं तर उशीरच झाला होता. आज वीणाकडे भिशी होती. 'बरोबर तीन वाजता जमायचं' असा नियमच केला होता. ही वेळ साधण्याकरता मी सकाळपासून किती धावपळ केली होती ती माझी मलाच ठाऊक. अशी ठरावीक वेळ साधणं ही सोपी का गोष्ट आहे? किती प्लॅनिंग करावं लागतं त्यासाठी? त्यात आम्ही काय, घरी बसणाऱ्या बायका! आम्ही थोडीच नोकरी करतोय? पण त्यामुळेच स्वत:साठी वेळ काढणे हे फार अवघड असते. सकाळपासूनच सगळी कामं भराभर आवरावी लागतात. मोलकरणीला ४ दिवस आधीपासून रोज आठवण करावी लागते की 'बाई गं! कसंही करून या दिवशी कृपा करून खाडा करू नकोस आणि वेळेवर ये' आमची भागी कसली खट. नेमकी अशा दिवशी खूप उशिरा येते. माझा जीव टांगून ठेवते. 'आता ही येणार नाही. चलाऽ आपला हात जगन्नाथ!' म्हणून संतापून केरसुणी हातात घ्यावी, की ही हजर होते आणि मग, "आता तुम्हाला उशीर होतोय तर आज फरशी पुसायची राहू दे." असं मलाच सल्ला देऊन कामात पळवाट काढते. ती उशिरा का होईना, आलीये, या आनंदात मीही तिला लगेच कन्सेशन देते, वर आणखी कपभर गरम चहाही देते.

मुलांचा प्रॉब्लेम वेगळाच असतो. 'संध्याकाळी शाळेतून आल्यावर आई घरी नसणार? म्हणजे आम्ही कुलूप उघडून घ्यायचे? शी काऽय बोअर!' मग हे बोअर जऽऽरा कमी करायला डब्यात काहीतरी चांगलं द्यायचं! तसंच 'संध्याकाळसाठी निदान खायला तरी काहीतरी बरं करून ठेवून जा!' असा उदार-मत-वाद. आता हे 'काहीतरी बरं' म्हणजे काय?

हा प्रश्न फार किचकट असतो. 'तुझं ते शिरा, पोहे, उपमा, थालीपीठ असलं नेहमीचं भंकस नको. काहीतरी चमचमीत कर' परत तो पदार्थ गारही चांगला लागला पाहिजे; कारण 'शीऽऽ, गरम कोण करत बसणारे!' इतक्या सगळ्या अटींमधून उरणारा पदार्थ हा स्वाती व सुयश दोघांच्याही आवडीचा पाहिजे, नाहीतर ते नाव बाद. हे सगळे प्रश्न सोडवण्यात काल सकाळपासूनचा सगळा वेळ गेला होता. आमच्या ह्यांनी आपल्या स्वभावानुसार ऑफिसला जाता जाता शेरा मारलाच. "आज काय, तुझी भिशी म्हणजे तू मस्त चापून येणार. मग रात्री आमच्याकरता मुगाची खिचडीच असणार!" कितीही हसून गोड करायचं म्हटलं तरी माझा संताप झालाच होता. हे असं घडू नये म्हणून नेहमी भिशीच्या दिवशी सकाळीच मी काहीतरी स्पेशल मेनू करून ठेवते. कारण संध्याकाळी जडावलेल्या पोटाने स्वयंपाक करायचा कंटाळा येतो. खरं तर भिशीला चमचमीत खाऊन आल्यावर माझी अशी इच्छा असते की रात्री सगळ्यांनी 'आम्हाला अजिबात भूक नाहीए!' असं जाहीर करून केवळ माझ्या आग्रहाखातर घास घास ताक-भात खावा. अशा सर्व आघाड्यांवर लढता लढता दुपारचे दोन कधीच वाजून गेले आणि नेहमीप्रमाणे मला घरून निघायलाच उशीर झाला. खरं तर आज ती किरमिजी सिल्क नेसायचं मनात होतं, पण तो ब्लाऊज काही मिळाला नाही. शेवटी हाताला लागलेली त्यातल्या त्यात बरी साडी आणि साधारण त्याच रंगाचं ब्लाऊज घालून निघालेय.

वीणाकडे पोचले तर साडेतीन झालेच होते. "अगबाई, तीनच्या भिशीला साडेतीनला आलीस, म्हणजे तुझ्या मानाने राईट टाईम आहेस." या कुजकट शेऱ्याला कानाआड टाकत मी गप्पाच्यांत सामील झाले. सगळ्यांचा मिळून जाम कलकलाट चालला होता. त्या सगळ्यातून मला माहिती मिळाली की झगमग कंपनीचा salesman आज येणार आहे आणि त्या प्रतियोगितेचा result सांगणार आहे. प्रथम मला काही उलगडाच होईना. मग एकदम अंधारात दिव्याचं बटण सापडावं तसं आठवलं, की ५/६ महिन्यांपूर्वी ललिताकडे भिशी असताना झगमग टूथपेस्टचा विक्रेता आला होता. त्याने तिथे एक प्रतियोगिता सांगितली होती. म्हणजे असं, की झगमग कंपनीच्या १० टूथपेस्ट आपण विकायच्या की मग एक entry form आपल्याला मिळणार. तो आपण भरून पाठवायचा. मग

Mrs. INDIA

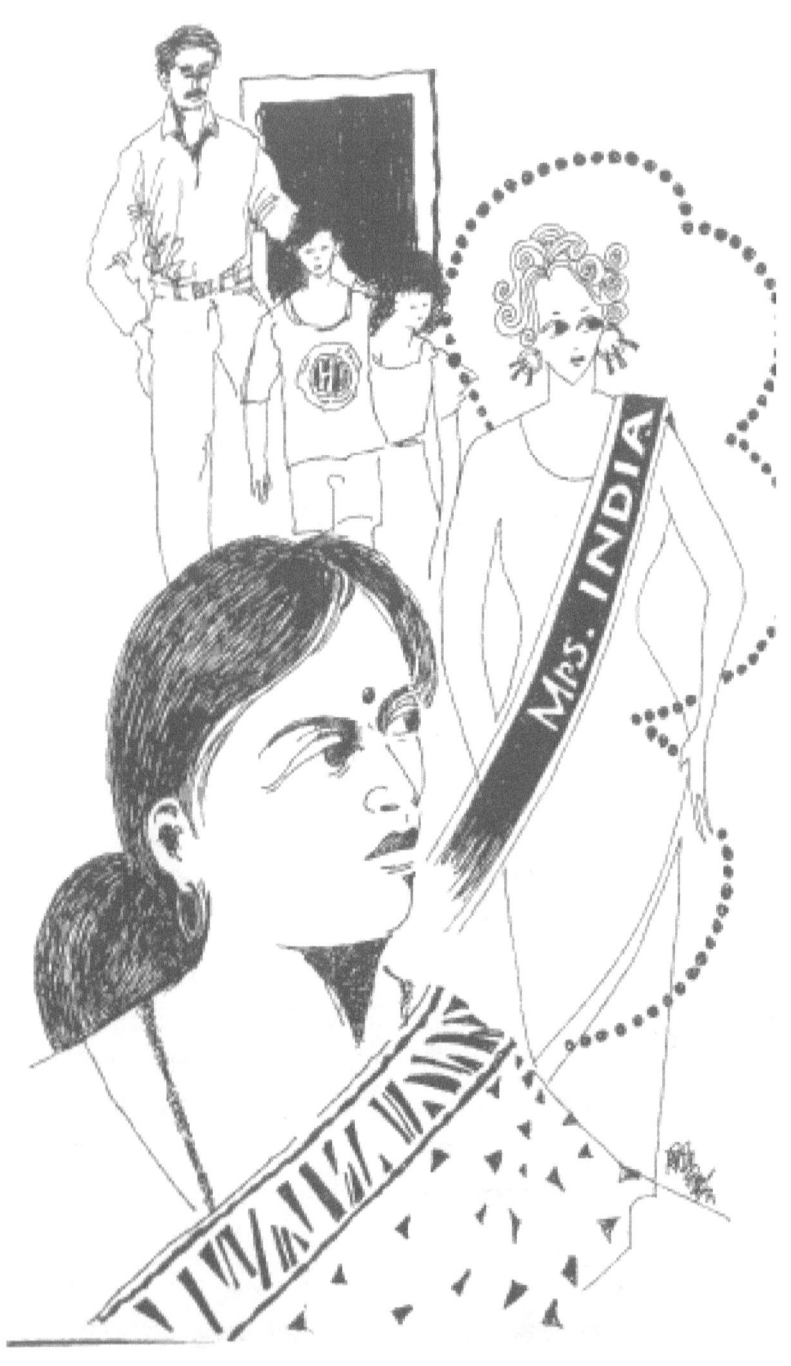

कंपनी त्यातून भारतभरातून ५० भाग्यवान विजेत्या काढणार. हो! त्यांना बक्षीस काय? हे मात्र त्याने तेव्हा सांगितले नव्हते. उलट 'तो एक अतिशय गोड सस्पेन्स आहे' असे तो म्हणाला. कंपनीने ही कॅम्पेन खास ३५ ते ४५ वयोगटातील महिलांकरता float केली आहे असेही त्याने सांगितले होते. सगळ्यांनी १०, १० टूथपेस्ट त्याच्याकडून घेतल्या होत्या. खरं तर मला हे असलं काही जमत नाही. पण मग इतरांपेक्षा, आपण वेगळ्या पडू या भीतीने मीही १० टूथपेस्ट घेतल्या होत्या. त्यातल्या पाचच मी इतरांच्या (इतरांच्या म्हणजे आई, वहिनी, बहीण, धाकटी जाऊ व शेजारीण) गळ्यात मारू शकले होते. उरलेल्या पाच घरीच होत्या. फार काय, पुढचे ६ महिने किराणा यादीत टूथपेस्ट लिहायला नको. यथावकाश त्यांचा entry form आलाही होता. माझ्यापेक्षा स्वाती आणि सुयशनेच तो उत्साहाने भरून पाठवला होता. आज त्याचा निकाल कळणार होता. मी निश्चिंत होते. कारण असा लकी नंबर वगैरे मला कधीच कुठेच मिळत नसतो. अगदी भिशीतसुद्धा शेवटच्या २/३ नंबरात माझे नाव असते, त्यामुळे मी सोडून सगळ्याजणी त्याची उत्सुकतेने वाट पाहत होत्या.

चार वाजता अपटुडेट कपड्यातला, हँडसम दिसण्याचा अटोकाट प्रयत्न करणारा एक इसम अवतरला. थोडावेळ त्याच्यावर सर्व बाजूंनी प्रश्नांचा भडिमार झाला. तो इसम झगमग कंपनीचा ऑफिसर आहे एवढीच माहिती त्यातून कळू शकली. जरा वेळाने दमल्यामुळे म्हणा किंवा प्रश्नच संपल्यामुळे म्हणा जराशी शांतता झाली. त्या संधीचा फायदा घेऊन त्याने परिस्थिती ताब्यात घेतली. त्याचे नाव आलोक शर्मा असून झगमग कंपनीतर्फे घेतलेल्या प्रतियोगितेचा रिझल्ट सांगण्याकरता कंपनीने त्याला पाठवले होते. कालच त्याने वीणाशी संपर्क साधला होता. तेव्हा आज सर्वजणी इथे भेटणार असल्याचं कळल्यामुळे सगळ्यांना एकत्र भेटण्याकरता तो इथे आला होता. पुढचा काही वेळ त्याने झगमग कंपनी कशी ग्रेट आहे, तिचे सर्व प्रॉडक्टस किती चांगले, शिवाय स्वस्त आणि त्यामुळे कसे फायदेशीर असतात, कंपनीला नफा कमावण्यात इंटरेस्ट नसून ग्राहकांची मने जिंकण्यात, त्यांचे आयुष्य आरामदायक करण्यात त्यांना चांगली सर्व्हिस देण्यातच कसा खरा इंटरेस्ट आहे याचे चऱ्हाट

वळले. माझा खरं तर डोळाच लागायचा, पण तेवढ्यात आत काहीतरी पडलं. त्या आवाजाने मी सावरून बसले. त्या शर्माचे चालूच होते, "आता हेच बघा. आमच्या कंपनीने आपणा भगिनींकरता किती नावीन्यपूर्ण प्रतियोगिता ठेवलीय. आपण जे entry forms भरून पाठवलेत, त्याची वेगवेगळ्या तज्ज्ञांकडून छाननी करून, भारतभरातून आलेल्या जवळजवळ अडीच हजार स्पर्धकांमधूप ५० भाग्यवान विजेत्या काढलेल्या आहेत. याचे बक्षीसही खूप नावीन्यपूर्ण आहे. यावेळी कंपनीने आपणा गृहिणींकडे आणि तेही ३५ ते ४५ वयोगटाकडे विशेष लक्ष देण्याचे ठरवले आहे. या ५० विजेत्यांना आमच्या कंपनीने आयोजित केलेल्या Mrs.India या स्पर्धेत Direct entry मिळणार आहे. मला सांगायला आनंद वाटतोय या भाग्यवान पन्नासांमध्ये आपल्या या ग्रुपमधली एक जण आहे." इथे त्या आलोक शर्मांनी एक नाट्यपूर्ण पॉज घेऊन, पाणी पिऊन वगैरे सगळ्यांची उत्सुकता भरपूर ताणली. काही जणींचे तर अति उत्सुकतेने जीव डोळ्यांत आणि कानात गोळा झाले होते. एकदोघींना तर ती भाग्यवान म्हणजे आपणच असणार अशी खात्रीच वाटत होती. मला मात्र आता खूपच भूक लागली होती. त्यामुळे मी कानांनी आणि नाकाने स्वयंपाकघराचा कानोसा घ्यायला सुरुवात केली होती. वीणाचा आजचा मेनू काय असेल या कूटप्रश्नाचे उत्तर शोधायला मनोमन लागले होते. यात त्या शर्माची पुढची ४/५ वाक्ये माझ्या कानावरून गळपटून गेली.

एकाएकी त्या खोलीत सन्नाटा पसरला. काय झालं? म्हणून मी सर्वजणींकडे नजर फिरवली तर त्या खोलीतले प्रत्येकजण चेहऱ्यावर चित्रविचित्र, संमिश्र भाव घेऊन माझ्याचकडे पाहत होते. काय घडलंय हे काही माझ्या लक्षातच येईना. माझ्या हातून एवढी काय मोठी चूक झालीये की या सर्वांचे लक्ष्य मी ठरलेय. हा विचार माझ्या मनात चालू असताना VCR चा पॉज सोडून play करावा तशा एकदम सगळ्या कलकलाट करायला लागल्या. काहीजणी उठून माझ्यावर चालून आल्या आणि माझा हात हातात घेऊन जोरजोरात हलवत अभिनंदन करायला लागल्या. काहीजणींनी मला फिल्मी स्टाईल मिठीही मारली. पण धड कुणी काही सांगेचना. शेवटी मी जोरात किंचाळून विचारल्यावर ललिता म्हणाली, "अगं सरोज, ती भाग्यवान विजेती तू आहेस. म्हणजे आता तू

Mrs. India contest मध्ये भाग घेणार आहेस!'' पुढची साधारण पाच ते सात मिनिटे माझ्या मेंदूवर काही उमटेचना. प्रचंड वादळ, झंझावाती वारे, विजेचा कडकडाट, त्याचवेळी एक प्रचंड निर्वात पोकळी, काळाकभिन्न मिट्ट अंधार, भयाण नि:शब्दता हे सर्व एकाच वेळी माझ्या डोक्यात होऊ लागले. अशी ही मेंदूची उलथापालथ किती वेळ चालू होती कोण जाणे पण या सर्वांतून नवनीतासारखे अलगद वर आलेले उत्तर माझ्या मुखातून बाहेर पडले. ''मी काही कुठल्या contest मध्ये भाग घेणार नाही. मला हे जमणार नाही!'' यावर खोलीत परत एकदा सन्नाटा पसरला आणि थोड्या वेळाने नव्या जोमाने कलकलाट चालू झाला.

पुढच्या तासा-दीडतासाचे फलित म्हणजे आलोक शर्मानि Mrs. India Contest मध्ये भाग घेण्याकरता माझ्याकडून मिळवलेला होकार! इतर सगळ्याजणींनी मिळून ''हा चान्स तू सोडू नकोस. अगं मनात आणलं तर आपण काहीही करू शकतो हे सिद्ध करायची केवढी मोठी संधी आलीये. Come on, Grab it!'' हे माझ्या मनावर बिंबवण्यात मिळवलेले यश! या मिशनमध्ये प्रत्येकाने आपापल्या परीनी सरोजला, म्हणजे मला, मदत करायची असा सर्वानुमते पास झालेला ठराव! त्याचाच extended भाग म्हणून वीणा, ललिता आणि शिल्पा या त्रिसदस्यीय कमिटीची स्थापना! मला Mrs. India contest साठी सर्वपरीने तयार करण्याची जबाबदारी या कमिटीवर टाकण्यात आली. अगदी उद्यापासूनच या कमिटीची कार्यवाही सुरू होईल या सर्वसंमत ठरावावर आजची भिशी बरखास्त झाली होती.

रात्री जेवणाच्या वेळी मी या बातमीचा गौप्यस्फोट केला. खऱ्या स्फोटाच्या धक्क्यापेक्षाही जास्त धक्का सगळ्यांना बसला. अतीव आश्चर्य, अविश्वास असे मिश्र भाव स्वातीच्या चेहऱ्यावर होते. यातील कुठला प्रथम प्रकट करावा या संभ्रमात ती पडली होती. सुयशची प्रतिक्रिया म्हणजे हा एक नुकताच कळलेला फार मोठा जोक असावा अशा प्रकारे तो 'आपली आई? आणि Mrs. India?' म्हणून खो खो हसतच सुटला. पतिराजांनी मात्र आपले मत राखून ठेवले होते आणि योग्य वेळी ते देणार होते. सर्व झाकपाक करून, ओटा आवरून मी बाहेर आले तर हॉलमध्ये T.V. चालू होता आणि त्याच्यासमोर सोफ्यावर हे बसलेले होते. चेहऱ्यावरून कळतच होते

की नजर T.V. वर असली तरी तिकडे लक्ष नव्हते, विचारात मग्न होते. मी परत एकदा टोकल्यावर विचारपूर्वक शब्दांची जुळवणी करत, त्यांच्या मते मला कमीत कमी दुखवून विषय फिरवून फिरवून जे सांगितले त्याचा मथितार्थ असा की 'मी फार सुरक्षित जगात राहत असल्यामुळे मला बाहेरच्या जालीम दुनियेची कल्पना नाहीये. जग किती वाईट आहे हे घरात राहून कळत नाही. तेव्हा मी या फंदात न पडणं चांगलं. शिवाय तू हे नसतं झेंगट गळ्यात घेतलंस की मग घरात कोण बघणारं? मला तर ऑफीस वगैरे सांभाळून घरी लक्ष देता येणार नाही आणि घराकडे दुर्लक्ष झालेलं चालणार नाही!' यांचा शुगरकोटेड नकार ऐकल्यावर माझ्या मनाने दुप्पट जोराने उसळी मारली आणि या contest मध्ये भाग घेणं मला कसं शक्य आहे हे मला मनोमन पटले. म्हणजे तसं त्या आलोक शर्मानेे मला पटवून दिलंच होतं. परत माझ्या इतक्या जिवलग मैत्रिणी मला मदत करायला तत्पर होत्याच. त्यात आणखी जेव्हा आमच्या ह्यांनी 'तुला हे शक्य नाही' असे म्हटले तेव्हा तर मला हे नक्की शक्य आहे याची मला खात्रीच पटली. ह्यांनीही मग "बघ बाई, तुझं तूच काय ते ठरवं. पण मी घरकाम वगैरे काही करणार नाही एवढं लक्षात ठेव." असे तहाचे पांढरे निशाण फडकवल्यावर मी तो माझ्या मते ग्रीन सिग्नल मानला.

दुसऱ्या दिवसापासून माझे नवे वेळापत्रक सुरू झाले. सर्वप्रथम शहरातील प्रख्यात जिममध्ये माझे नाव नोंदवून तिथल्या प्रमुख प्रशिक्षकांशी आणि डाएटिशियनशी विस्तृत चर्चा केली. त्यांना Mrs. India contest कल्पना देऊन त्याकरता एक महिन्यात मला fit करून घेण्याचे आश्वासन आम्ही त्यांच्याकडून घेतले. त्यांच्या विचाराने माझ्या आहार, व्यायाम, निद्रा, योगा (मेडिटेशन हो!) याचा एक पूर्ण चार्टच तयार केला आणि दर आठवड्याला गाठायचे टप्पे निश्चित केले. म्हणजे असं, की दर रविवारी माझी वजना-मापात काटेकोर तपासणी करणार आणि ठरलेला टप्पा गाठला म्हणजे उतरवला आहे की नाही ते बघणार. ज्या रविवारी कमी पडेन त्याच्या पुढच्या आठवड्यात व्यायाम वाढवून खाण्यात कपात! अशा प्रकारे त्यांच्याकडून 'काही काळजी करू नका. एका महिन्यात बघा आम्ही तुमचा कसा कायापालट करून टाकतो ते!' असे भरघोस आश्वासन मिळवले. हो आणि वर माझा फोटोही काढला. एक महिन्यानंतर

compare करायला. आता या सगळ्यासाठी त्यांनी गलेलठ्ठ फी आकारली. पण एकदा Mrs. India व्हायचं म्हटलं की हे सगळं करावं लागणारच.

यानंतर ब्युटीशियनला भेट देणे. ही धावपळसुद्धा माझ्या बिचाऱ्या त्या तिघी मैत्रिणींनीच केली. शहरातील नामांकित ब्युटीपार्लरची माहिती काढून त्यातले उत्तम ते निवडून, त्याच्या मालकिणीशी सर्व चर्चा करून, तिची appointment घेऊन मगच मला त्यांनी कळवले. ठरवल्याप्रमाणे मग ब्युटीपार्लरच्याही माझ्या वाऱ्या सुरू झाल्या. पहिल्या भेटीत तर मला खुर्चीवर बसवून, वेगवेगळे २/३ दिवे लावून दोघीजणी माझ्याकडे नुसत्या एकटक पाहत होत्या. मला तर इतकं ऑकवर्ड झालं. असं कुणीतरी आपल्याकडे इतका वेळ टक लावून पाहायला लागलं तर चेहरा कसा ठेवायचा हेच कळेनासं होतं. माझा चेहरा पुरेसा कसानुसा झाल्यावर मग त्यांनी दिवे थोडे कमी करून, आपापसात चर्चा करून काही टिपणे काढली. त्यावरून त्या अशा निष्कर्षाप्रत आल्या की contest पर्यंत ५ सीटिंग्ज करून complete beauty treatment घ्यावी. त्याप्रमाणे पुढच्या तारखाही पक्क्या करून टाकल्या. वर हे ही सुचवलं की दातांचेही cleaning, polishing करून घ्यावे आणि Miss Mona ला भेटून चाल सुधारून घ्यावी. चाल सुधारावी? म्हणजे मी काय वाईट चालीची बाई वाटले की काय यांना? माझा माझ्या संस्कारांवरचा जाज्वल्य अभिमान उफाळून आला. पण ललिताने मला समजावले ''अगं, या चालीचा त्या चालीशी काही संबंध नाही. पण हे contest मधले चालणे थोडे वेगळे असते.'' हो! ते मात्र खरं. आता T.V. वर ते Miss world वगैरे बघतो नं आपण? आपलं रोजचं चालणं वेगळं आणि ते त्यांचं चालणं काहीतरी निराळंच असतं.'' तर 'ते' चालणं शिकवणारी होती Miss Mona, अशा तऱ्हेने ती dentist, Miss Mona ती ब्युटीशिअन, डाएटिशिन, Gym ची instructor यांच्या काटेकोर चक्रात फिरताना एक महिना कसा संपला ते कळलंच नाही. या सगळ्यांनी मिळून केलेले माझे हाल मी आता इथे सांगत बसत नाही. पण आपण गुऱ्हाळात उसाचा रस प्यायला जातो नं? त्या चरकाच्या चक्रांमधून पिळून निघणाऱ्या उसाला काय वाटत असेल ते मला या महिन्यात अनुभवायला मिळाले. अर्थात या सर्वांचे परिणाम माझ्यावर नक्कीच होत होते. रोज रोज आरशात बघून

मला ते तितकेसे कळत नसले तरी बघणाऱ्याच्या नजरेत मला त्याची पावती मिळत होती. माझ्या चिकाटीला, कष्टांना आता हळूहळू घरूनही साथ मिळत होती. या सगळ्यात माझी पूर्ण दुपार व संध्याकाळ बाहेरच जात होती, तर मुलं adjust करायला शिकली होती. कधी संध्याकाळी उशीर होणार असला तर हे लवकर घरी येऊन घरचं बघत होते. माझ्या विश्रांतीच्या वेळा पाळत होते. मलाही एकंदरीत confidence वाढल्यासारखा वाटत होता. या सगळ्याचा खर्च म्हणाल तर कधीच पाच आकडी संख्येत गेला होता. पण ही एका दृष्टीने investment च होती. उद्या मी Mrs. India झाल्यावर मला किती समारंभांमधून, झालंच तर जाहिरातींसाठी मॉडेल म्हणून बोलावणी येणार आणि शिवाय T.V. सिरियल्समधला माझा प्रवेशही सुकर होणार. म्हणजे हा सर्व खर्च कितीतरी पटीने परत मिळणार होता. परत मान मिळणार, प्रसिद्धी मिळणं ती वेगळीच!

शेवटी एकदाचा माझा contest साठी निघण्याचा दिवस उजाडला. ही contest झगमग कंपनीने काय विचाराने नागपूरला ठरवली होती ते एक कंपनीवाले जाणे आणि दुसरा परमेश्वरच जाणे! त्यामुळे सगळा बाडबिस्तरा घेऊन नागपूरला जाणे आले. ही स्पर्धा कंपनीने तीन फेऱ्यात विभागली होती. पहिली फेरी पारंपरिक पोशाखाची होती. (त्यासाठी १० दुकाने हिंडून एक भारी साडी घेतली होती.) त्यावर घालायचे जुन्या प्रकारचे ठसठशीत दागिने चार घरी फिरून मिळवले होते. दुसरी फेरी ही बुद्धिमत्ता चाचणीसाठी होती. यात निरनिराळे परीक्षक प्रश्न विचारणार होते. (त्यासाठी जनरल नॉलेज अपटुडेट केले होते.) या फेरीसाठी एक झगमगीत party wear Maxi शिवून घेतली होती. (अहो, म्हणजे त्या नाहीत का त्या cat walk करतात त्यांच्यासारखी. आणि तिसऱ्या अंतिम दिवसाकरता एक भारीतला शरारा शिवला होता. शिवाय मेकअपचे सामान, ज्वेलरी, खास खरेदी केलेले (आणि प्रॅक्टिस केलेले) High heels! या सगळ्या सामानाचीच एक बॅग झाली होती. नंतरचे २ दिवस तिथे साईट सीइंग असणार होते, त्याची व इतर सामानची एक बॅग. अशा दोन अवजड बॅगा होत्या. त्यातून नेहमीच्या पद्धतीप्रमाणे शेवटच्या दिवसापर्यंत हातात तिकीट व त्यांच्या तेथील सर्व कार्यक्रमाची कागदपत्रे आली नव्हती. म्हणजे त्याचे काय झाले, की त्या मेल्या आलोक शर्माने

पन्नासदा फोन करून माझ्याकडून पक्का होकार आणि entrance चे पैसे मिळवले आणि तो जो गायब झाला, त्याचा पुढे काही पत्ताच नाही. मग बरेच ठिकाणी आणि बरेच वेळा फोन केल्यावर कंपनीकडून कळले, की तुमची entry स्वीकारलेली आहे आणि कार्यक्रमपत्रिका, तिकिटे, पूर्ण आठ दिवसांच्या प्रोग्रामची रूपरेषा असे सर्व मटेरिअल तुम्हाला घरपोच मिळेल', निघण्याच्या दोन दिवस आधी शिल्पा व ललिताने कंपनीच्या ऑफीसमध्ये जेव्हा बैठा संपच केला तेव्हा कुठे जाण्याच्या दिवशी सकाळी तिकिटे आमच्या हातात आली. तोपर्यंत म्हणजे, 'सगळी तयारी तर झालीये, पण कोण जाणे जाणार आहे की नाही!' अशी त्रिशंकूसारखी अवस्था होती.

रात्री दहाची गाडी असून भिशीतल्या सर्वजणी मला Best luck देण्याकरता स्टेशनवर आल्या होत्या. म्हणजे जाणारी मी एकटी आणि मला सोडायला येणारे साधारण वीसजण असे प्रमाण होते. पु. लं. नी म्हटल्याप्रमाणे 'त्या भैय्या लोकांसारखा मी गळ्यात हार घालून घ्यावा का? म्हणजे नक्की कोण जाणार आहे ते सगळ्यांच्या लक्षात राहील, हा विचार राहून राहून माझ्या मनात येत होता. स्टेशनवर तुफान गर्दी होती. या सगळ्यात माझे मनोधैर्य हळूहळू खचू लागले होते. अगदी एकटीने एवढा मोठा प्रवास करण्याची माझी पहिलीच वेळ होती आणि त्या पुढे ती contest! या सगळ्याचे प्रचंड दडपण माझ्या मनावर आले होते. ललिता आणि शिल्पा तर बिचाऱ्या स्वत:च्या लेकीच्या लग्नात काय खपतील? अशा माझ्यासाठी करत होत्या. त्याही आज जरा नर्व्हसच वाटत होत्या. पण वर वर मला धीर देत होत्या. इतके दिवस आणलेले चंद्रबळ आता संपून, मी चढवलेला शूरपणाचा मुखवटा चेहऱ्यावरून सरकून आतली भीती स्पष्ट उमटली होती. रीतीप्रमाणे तिकिटांचा गोंधळ होताच. आम्ही सामान घेऊन सर्वांच्या सर्व मतांनी बराच गोंधळ घालून जेव्हा माझा बर्थ शोधला तेव्हा तिथे भलताच इसम स्वत:चे अंथरूण व्यवस्थित पसरून शेषशाई भगवानाप्रमाणे पहुडला होता. बऱ्याच बा-च्या-बा-ची नंतर एकच बर्थ दोघांना दिला असल्याचा साक्षात्कार झाला. मग T.C. चा शोध घेणे! नियमानुसार तो गायब! या सर्व प्रकारात माझी मनीची इच्छा प्रबळ होऊ लागली होती की, "खड्ड्यात गेली ती contest! चला घरी जाऊन शांत झोपू यात.''

गेटवर झळकणारे 'झगमग कंपनीतर्फे आपले हार्दिक स्वागत'चे बॅनर पाहून कोलंबसच्या तोडीचा आनंद मला झाला. चला, म्हणजे इतके कष्ट करून, वर घसघशीत पाच आकडी आकड्याची (पैशाची हो!) आहुती देऊन गाठलेला हा पल्ला म्हणजे आपल्या हमखास यशाची सुरुवात झाली. माझा काहीसा विखुरलेला आत्मविश्वास गोळा करून मी पुन्हा नव्याने 'हर हर महादेव'ची ललकारी दिली. तिथल्या ऑफिसमध्ये माझ्या आगमन रीतसर खबर दिल्यावर, त्यांनी मला माझी खोली दाखवून, "आऽज आराम करा. उद्यापासून आपली स्पर्धा सुरू आहे." असे शुभ-वर्तमान दिले. खोली तर नीटनेटकी होती. त्या खोलीत माझ्याबरोबर अजून दोघीजणी राहणार होत्या. त्यातली काजोल पंजाबी, तर शोभा केरळी होती. त्याही आजच सकाळी आल्या होत्या. फक्त अंघोळ व झोपण्याकरता ही खोली होती. चहा, नाष्टा व जेवणासाठी सगळ्यांना कॉमन कॅन्टीनमध्ये जायचे होते. एकंदर परिस्थिती पाहून मला बराच धीर आला. अंघोळ करून चहा नाष्टा झाल्यावर जरा आजूबाजूला बघण्याचे भान आले. आमच्या इमारतीच्या सर्व खोल्यांमधून आलेल्या स्पर्धकांची राहण्याची सोय केली होती. भारतातील विविध प्रांतांतून सर्वजणी आलेल्या होत्या. स्पर्धेसाठी वयोगट ३५ ते ४५ असल्यामुळे बऱ्याचजणी जवळपास माझ्याच वयाच्या होत्या. काही over confident तर काही बावचळलेल्या! जेवणासाठी एकत्र जमल्यावर आपोआपच भाषेनुसार ग्रुप झाले. आम्ही सातजणी मराठी होतो. 'आता पुढचे पाच दिवस एकत्र हिंडूयात' हा अलिखित ठराव पास झाला. सगळ्याजणी मिळून तो परिसर आणि मुख्य म्हणजे स्पर्धेचा हॉल पाहून आलो. ते मोठे स्टेज बघितल्यावर छातीची धडधड एकदम तिपटीने वाढली. पण मागचे दोर आता कधीच कापले गेले होते त्यामुळे पुढे होऊन लढणे अटळ होते. काहीजणी स्टेजवर हिंडण्याची (cat walk, you know) प्रॅक्टिस करत होत्या. सर्व भीडभाड बाजूला ठेवून मी पण माझ्यापरीने तेथे चालून आले. हॅऽ! त्यात काय एवढं? असंच उद्या असणार. फक्त वरचे लाईट्स ऑन असतील, म्युझिक लागलेलं असेल आणि प्रेक्षक, परीक्षक असतील एवढाच काय तो फरक!

स्पर्धेची पहिली फेरी माझ्या मते व्यवस्थित पार पडली. म्हणजे

पारंपरिक पोशाखाच्या फेरीत तसा काही प्रॉब्लेम आला नाही. माझी साडी, दागिने सगळं छान जमलं होतं. तिथल्या मेकपमननी मेकअपही छान केला होता. गेल्या महिन्याभरात ब्युटीशिअनकडून मी स्वत: मेकअप शिकून घेतला होता. त्यामुळे तिथल्या ब्युटीशियनकडून मी मला हवा तसा जरा माईल्ड मेकअप करून घेतला. तयार होऊन मी विंगेत उभी राहिले तेव्हा पाय छानच लटपटत होते. ते नवे high heels घालून मी पडेन की काय अशी शंकाही येत होती. एक क्षण असाही आला होता की, घुमजाव करून सरळ धूम ठोकावी. पण माझ्या आत एकजण असते ती अशा डळमळत्या क्षणी फणा काढून ताठ उभी राहते, मला धीर देते; म्हणते, 'तुझ्या हरण्यावर माझा कधीच आक्षेप नव्हता. पण पळपुटेपणा मी कधीच मान्य करणार नाही. पळून शरण जाऊ नकोस, लढून हर.' माझं नाव पुकारलं गेलं आणि आत्मविश्वासाने मी स्टेजवर पाऊल टाकले. काही क्षण सर्वत्र शांतता झाली. पुढे जाऊन मी जेव्हा प्रेक्षकांना विनम्र अभिवादन केले तेव्हा टाळ्या व शिट्ट्यांचा कल्लोळ झाला. काहीशा तोऱ्यात मी गिरकी घेतली आणि विंगेमध्ये परत आले.

दुपारच्या जेवणाच्या वेळी संयोजकांपैकी काहीजण जेवणाच्या हॉलमध्ये फिरून सर्वांशी बोलत होते. विचारपूस करत होते. आमच्याही टेबलावर दोघेजण येऊन आमच्याशी गप्पा मारत होते. एकंदर व्यवस्था, स्पर्धा, इतर स्पर्धक अशा विषयांवरून गप्पा चालल्या होत्या. त्यांच्यापैकी एकजण माझ्याशेजारी बसला होता. तो म्हणाला, "मॅडम, तुमचा आजचा परफॉर्मन्स फारच छान झाला. परीक्षक खूप impressed झालेत. "You looked so beautiful." मला एकदम संकोचाने कसंसंच व्हायला लागलं. इतकी प्रत्यक्ष स्तुती ऐकण्याची मला वाटतं ही आयुष्यातील पहिलीच वेळ त्यामुळे ही लाजून पलके का काय म्हणताय ती झुकवू, की जुही, माधुरीसारखं गोडऽऽड हसून 'थँक्स' म्हणू या संभ्रमात नुसतीच त्याच्याकडे (बहुधा तोंड उघडं टाकून) पाहत राहिले. तशी त्याने एकदम विषय बदलून विचारले, "बाय द वे! आज संध्याकाळ तशी मोकळीच आहे. तर कुणाला शहरात चक्कर मारण्यात इंटरेस्ट आहे का? तर तशी संयोजकांतर्फे Privately सोय करण्यात येणार आहे." आमच्यातल्या तिघी चौघीजणी आनंदाने तयार झाल्या. पण मला उद्याची तयारी करून ठेवणे जास्त

महत्त्वाचे वाटले त्यामुळे मी काही उत्सुकता दाखवली नाही. त्या संयोजकाने मला विचारलेही. "मॅडम, तुम्हाला नाही इंटरेस्ट घुमण्या फिरण्यात?" पण मी नकारच दिला.

दुपारभर विश्रांती घेऊन संध्याकाळी मी एकटीच तिथल्या बागेतल्या बाकावर बसले होते. इतका रिकामपणा, स्वस्थपणा गेल्या काही वर्षात मला मिळालाच नव्हता. त्यामुळे खूप दिवसांनी आइसफ्रूट मिळाल्यावर मूल जसे ते चवीचवीने चाखून खाते त्याप्रमाणे मीही हा स्वस्थपणा तब्येतीत उपभोगत होते. तेवढ्यात पलीकडून जोरात हसण्याचा आवाज आला आणि माझी समाधी भंगली. पलीकडे परीक्षक व संयोजकांपैकी ४/५ जण गप्पा मारत बसले होते. त्यांना मी इथे बसल्याची जाणीव नव्हती. मी ही त्यांच्याकडे दुर्लक्ष केले. त्यात ते सकाळचे गप्पा मारणारेही होते. कुणी एक म्हणाले, "अरे यार, मी दाखवलेल्या पाखराचे काय झाले?" तशी कुणीतरी उत्तरले, "हो सर! मी दाणे टाकतोय. पण काही उपयोग होत नाहीये!" "क्या यार, जरा जल्दी करो!" कशाबद्दल बोलत होते कोण जाणे. मी आपली उठून फिरायला निघून गेले. रात्री जेवणानंतर जेव्हा आम्ही ग्रुप करून खाली पेटवलेल्या शेकोटीशी बसलो होतो तेव्हा परत तो सकाळचाच संयोजक येऊन आमच्यात मिसळला. काही वेळाने सहज म्हणून सांगू लागला. "उद्याच्या फेरीत परीक्षक तुम्हाला सामान्य ज्ञानावर आधारित प्रश्न विचारणार आहेत. कारण Mrs. India ही फक्त Beauty queen अपेक्षित नसून intelligent ही हवी आहे. याबद्दल अजून डिटेल्स हवी असतील तर वरच्या ऑफीसमध्ये काही परीक्षक तुम्हाला खास गायडन्स देण्याकरता थांबलेले आहेत. ज्यांना या संधीचा लाभ घ्यायचा असेल "They are most welcome" "अय्याऽऽहोऽऽ!" करत ४/५ जणी पळाल्या. माझा माझ्या सामान्य ज्ञानावर इतका विश्वास होता की मला जाणं काही जरुरीचं वाटलं नाही. त्यामुळे मी माझ्या खोलीत जाऊन झोपले.

दुसरा दिवस माझा जरा वाईटच गेला. आजच्या फेरीकरता तयारी करत असताना तो party gown घातल्यावर का कोण जाणे मला uneasy होऊ लागले. सर्व तयारी करून मेकअप झाल्यावर आरशात बघितल्यावर त्या प्रतिमेला मी ओळखलंच नाही. ती दिसत तर माझ्यासारखीच होती. पण काहीतरी बदलले होते. तो ड्रेस, हेअर स्टाईल व जरासा गॉडी

मेकअप यामुळे माझ्या चेहऱ्यावरचे नेहमीचे घरेलू भाव जाऊन एकदम professional पणा आला होता. का कोण जाणे पण मला ते तितकेसे रुचले नाहीत. काहीतरी खटकायला लागले. त्यात स्टेजवर गेल्यावर परीक्षकांनी प्रश्नांची फैरी झाडली. खरं तर मी व्यवस्थित उत्तरे देत होते. पण त्यातला एकजण वाकड्यातच शिरत होता. मला धड बोलूच देत नव्हता. हे तो जाणून बुजून करतोय असं उगीचच माझ्या मनात आलं. ती फेरी पूर्ण करून मी आत आले आणि कुणाशीही काही न बोलता, न जेवता माझ्या खोलीत पडून राहिले.

संध्याकाळी त्याच उदास मूडमध्ये मी चहासाठी कॅन्टीनमध्ये गेले. तेथे झगमग कंपनीचा एक ऑफीसर आला होता. तो माझ्याशी गप्पा मारायला आला. गप्पांच्या ओघात मी त्याला सकाळपासून घडलेले सर्व सांगून टाकले. तशी तो म्हणाला, "तुम्ही उगीचच काहीतरी गैरसमज करून घेतलाय. तुमचे दोन्ही दिवसांचे performances छान झालेत. तुम्हाला बक्षिसाचे खूप chances आहेत. तुम्ही असं करा, तुम्ही त्या परीक्षकांना समक्ष जाऊन भेटा आणि तुमचा डाऊट दूर करा. मी त्यांना आता जाऊन सांगतो. साधारण अर्ध्या तासाने तुम्ही त्यांना जाऊन भेटा." असं मला सांगून तो निघून गेला. माझ्या मनावरचे ओझे बरेच कमी झाले.

जरा वेळाने मी त्या परीक्षकांच्या खोलीत गेले. दारावर टकटक करून थांबले पण आतून काही response नव्हता. दार जरा ढकललं तर ते उघडंच होतं. आत गेले तर त्या खोलीत कुणीच नव्हते. म्हणून आतल्या खोलीत डोकावले. आत पलंगावर, माझी रूम पार्टनर काजोल आणि तो परीक्षक नको त्या अवस्थेत होते. मी त्याच पावली उलटी फिरून तडक, (जवळ जवळ पळतच) आमच्या खोलीत परत आले. माझ्या डोक्यात प्रचंड घाव पडत होते. सर्व संवेदना बधिर झाल्या होत्या. माझ्याच अंगावर काहीतरी ओंगळवाणी घाण पडल्यासारखं काहीतरी वाटत होतं. माझा चेहरा बघून माझ्या दुसऱ्या रूमपार्टनर शोभाने माझ्याकडून सर्व हकिकत काढून घेतली आणि हसायलाच लागली म्हणाली, "अगं, कुठल्या जगात वावरतेस तू?" माझ्या डोक्यात लख्ख प्रकाश पडला. कालची ती शहर घुमण्याची ऑफर, पाखरांसाठी टाकलेले दाणे, जनरल नॉलेजच्या स्पेशल टीप्समधील उदारता या सर्वांचे अर्थ मला आत्ता

उलगडले. ते सगळेजण मला काय सुचवत होते ते जाणवले आणि या सर्व प्रकाराची प्रचंड किळस माझ्या मनात दाटून आली. मी तत्काळ निर्णय घेतला. माझे सगळे सामान बॅगेत भरले. ऑफीसमध्ये जाऊन संयोजकांना सांगितले आणि तडक स्टेशन गाठले.

दुसऱ्या दिवशी पहाटे ६ वाजता मी आमच्या घराची बेल वाजविली. डोक्यात घोंघावणाऱ्या विचारांच्या वादळामुळे रात्रभर माझ्या डोळ्याला डोळा लागला नव्हता. त्यामुळे चेहरा तारवटलेला होता. दुधाचे पातेले हातात घेऊन ह्यांनी दार उघडले आणि मला बघून अवाक्‌च झाले. मी काही न बोलता एकदम ह्यांना बिलगले. (खरं म्हणजे त्यामुळे हे अजूनच गडबडले.) श्वासही न घेता मी ह्यांना भडाभडा सर्व सांगून टाकले. ह्यांनी शांतपणे सर्व ऐकून घेतले. ह्यांचा आश्वासक हात माझ्या पाठीवरून फिरत होता. माझा आवाज ऐकून स्वाती आणि सुयशही उठून बाहेर आले आणि मला चिकटले. सुयश म्हणाला, "आई, अगं, इतर लोकांनी कशाला सांगायला पाहिजे? मी सांगतोय नं? पूर्ण जगात सगळ्यात सुंदर बाई कोण असेल तर ती माझी आई!" स्वाती म्हणाली, "हो आई, तू जेव्हा खूप प्रेमाने आम्हाला जवळ घेतेस नं, तेव्हा जगातले सर्वात सुंदर डोळे तुझे असतात. कारण त्यात आमच्याबद्दचे कौतुक दाटलेलं असतं आणि हेच ते सगळ्यात सुंदर हात जे आम्हाला मायेने जवळ घेतात. यांची सर मॅनिक्युअर केलेल्या हातांना अजिबात येणार नाही." आता मात्र इतके तास रोखून धरलेले माझे अश्रू माझ्याही नकळत डोळ्यांतून घळघळ वाहू लागले. मला जवळ बसवून शांत करीत हे म्हणाले, "हे बघ सरोज, सुरुवातीला तुझं हे स्पर्धेचं फॅड मलाही मान्य नव्हतं. त्यातून घरकाम माझ्यावर पडेल या भीतीचा बागुलबुवा मनात होताच. पण आज चाळिशीच्या उंबरठ्यावरही तू जिद्द दाखवलीस. वीस वर्षांच्या संसाराच्या रूटीनमुळे तुझ्यात जी एक मरगळ आली होती ती झटकून तू पुन्हा एकदा वीस-बाविशीतली ती जुनी सळसळणारी सरोज झालीस. कठोर परिश्रम घेतलेस हे पाहून मग माझेही मन पालटले. तू स्पर्धेच्या कसोटीला उतरण्यासाठी Phyically fit झालीस. बाहेरच्या जगाशी विशेष परिचय नसताना एकटी तिथपर्यंत धडक मारून आलीस यातच तू सर्व जिंकलस. खरं सांगू? मी दिवसभर ऑफिसच्या कटकटींना कंटाळून, दमूनभागून

संध्याकाळी घरी येतो. तू अगदी मनापासून प्रेमळ हसून दार उघडतेस, तेव्हा ते हास्य जगातील सर्व Miss Universee आणि Miss world सुंदऱ्यांना मागे टाकणारे असते. कारण त्यात आपलं माणूस घरी आल्याचा खरा आनंद असतो. ते हास्य कुठल्याही क्लासमध्ये किंवा ब्युटीपार्लरमध्ये शिकवलेलं नसतं. ते आतून, मनातून सहज उमललेलं असतं. अशी आपल्या माणसांवर जीव लावणारी, त्यांच्यासाठी स्वत:ला विसरून झटणारी, वेळेला स्वत:चे हट्ट, मतं, आवडीनिवडी इतरांसाठी बाजूला ठेवणारी स्त्री ही माझ्या मते खरी Mrs. India आहे. अशी ही खऱ्या प्रेमाची, वात्सल्याची, त्यापेक्षाही समर्पणाची कस्तुरी तुझ्या अंत:करणात असताना त्या फुटकळ क्राऊनकरता, बक्षिसाकरता कुठे त्या लांडग्यांच्या जंगलात रानोमाळ भटकून आलीस? अगं, आपल्या या चौघांच्या छोट्याशा जगाची तूच अनभिषिक्त राणी आहेस. एक तू नसलीस तर या वैभवाला, साम्राज्याला काहीही अर्थ नाहीये. आता राहता राहिला खर्च झालेल्या पैशांचा प्रश्न! गेली वीस वर्षे तू आम्हा सगळ्यांच्या तब्येतीकडे, खाण्यापिण्याकडे जातीने लक्ष पुरवल्यामुळे आपला डॉक्टरचा खर्च अतिशय कमी म्हणजे negligent असतो तर ते तुझ्यामुळे वाचलेले पैसे आपण इथे खर्च केले असे समजू आणि पैशांचा विषय संपवून टाकू. आता विषय निघालाच आहे तर मला एक कबुली द्यायची आहे. इतकी वर्षे मी 'घरकाम हे बायकोचेच काम' असे मानत होतो. पण या महिन्याभरात माझे हे मत बदलले आहे. नकळत मी घरकामात रस घेऊ लागलो. त्यात आनंद असतो हे मला या काळात कळलंय आणि घराविषयी म्हणजे वास्तूविषयी इथल्या सामानाविषयी एक वेगळीच ओढ, आपुलकी मला वाटायला लागलीय. याचे श्रेय तुझ्या त्या स्पर्धेला द्यायला हवं. तर बच्चे लोग, 'come on,' श्री चिअर्स फॉर धिस Mrs. India. हीप हीप हुर्रेऽऽ.''

आता माझी अवस्था त्या Miss world सारखीच झाली- म्हणजे अति आनंदाने डोळ्यांतून पाण्याचा पूर आणि चेहऱ्यावर खूप खूप हसू! मीही मग टाळ्यांच्या प्रचंड कडकडाटात सर्वांना ते फेमस फ्लाईंग किस दिले आणि फोटोसाठी सिद्ध झाले.

◻◻

७.
नाकारलेली

हो! ती नाकारलेलीच होती. इतर कोणी नाही तर तिनं स्वत:नंच तिला नकार दिला होता. नकार 'दिला' नाही, तर नकार 'दिले' होते. खूप तगमग, तडफड झाली होती तिची या सगळ्यात! पण ती हातात आसूड घेऊनच उभी होती. कडकलक्ष्मीसारखे स्वत:ला प्रत्येक अन् प्रत्येक शिक्षेसाठी तिनं पाठीवर आसूड ओढून घेतले होते. मन पार रक्तबंबाळ झालं होतं. पण तिनं स्वत:ला रडण्यालाही मुभा दिली नव्हती. रडायचंय काय त्यात? गुन्हा झाला की शिक्षा ही हवीच. त्यात रडायचंय काय?

ती अशी नव्हती खरं तर! खूप हसरी, नाचरी, अवखळ होती. अखंड बडबड चालू असायची. मुळात खूप खूप प्रश्न यायचे तिच्या मनात! आणि त्या सगळ्यांची उत्तर तिला हवी असायची. हे असंच का आहे? ते तसंच का नाही? ही इथंच का बसली? तो तिथं का गेला? असंख्य प्रश्न, घरात माणसंही खूप होती, तिला उत्तरं देण्यासाठी, तिच्याबरोबर बडबड, दंगा करण्यासाठी आजी, आजोबा, दोन काका-काकू, आई, अण्णा आणि खूप सारी भावंड! घर अगदी भरलेलं असायचं. आनंदी आणि उत्साही स्वभावामुळे ती सगळ्यांचीच लाडकी होती. अर्चना, अर्च्यू, अच्च्या... दिवसभर नुसता तिच्या नावाचा घोष चाललेला असायचा. धाकट्या काका-काकूंना दोन्ही मुलगेच असल्यामुळे त्यांची, तर ती विशेष लाडकी होती. जरा कधी आई तिला ओरडली, तर लगेच उषाकाकू मध्ये पडून तिलाजवळ घ्यायची आणि म्हणायची, 'वहिनी, माझ्या मुलीला उगीचच ओरडू नका.' अर्थात 'मुलीची जात' त्यामुळे नीट वळण लागलं पाहिजे यावर घरातील समस्त स्त्री वर्गाचं एकमत असे.

त्यामुळे अर्चनाचे अवाजवी लाड कधीच झाले नाहीत. पण लाघवी स्वभावामुळे घरीदारी ती सगळ्यांनाच हवीशी वाटत असे. अभ्यासातही ती पुढेच होती. कायम पहिल्या दहामध्ये नंबर असे. खेळाचीही आवड होती. त्यामुळे तब्येत अगदी सणसणीत होती. दोन लांबसडक वेण्यांचे फलकारे उडवीत ती सतत पळत असे. 'अगं अर्चना...' म्हणेपर्यंत ती शेजारच्या घरी पोचलेली असे. वाढतं वय म्हणजे आईच्या जिवाला घोर! त्यातून ही अशी वाऱ्याशी स्पर्धा करणारी. एका जागी टिकेल तर शपथ!

आईच्या फणफणण्यावर उषाकाकू आईची समजूत काढत असे- "जाऊ द्या हो वहिनी, गुणी पोर आहे आपली! सतत सगळ्यांना आनंद वाटत फिरत असते ती. वयानुसार होईल आपोआप शांत!"

"तसं नाही गं उषे, कितीही झालं तरी मुलीची जात! उद्या लग्न झाल्यावर कसं होणार हिचं?"

"काही काळजी करू नका. आपल्या या हिऱ्यासाठी परमेश्वरानं सोन्याचं कोंदण निर्माण केलंच असणार. एक दिवस आपणहून चालत येईल बघा!"

आणि तसंच झालं. मंडळातल्या जोशीकाकूंनी त्यांच्या नणंदेचा मुलगा अर्चनासाठी सुचवला. मुलगा चांगला शिकलेला, चांगली नोकरी होती, स्वत:चा छोटासा ब्लॉकही घेतलेला होता. फक्त तो नागपूरला राहाणारा होता. म्हणजे जर हे लग्न जमलं, तर आपली लाडकी अर्च्यू आपल्यापासून दूर जाणार होती. पण 'मुलगा बघून तर घेऊ, होकार आला तर पुढचा विचार करू.' अशा विचारानं भडकमकर लोकांना घरी बोलावलं. जोशीकाकूंनी अर्चनाची खूपच भलामण केलेली दिसत होती; कारण पहिल्या भेटीतच त्यांचा होकार आला. खरं तर विजय एकटाच जोशीकाकूंबरोबर आला होता. त्याचे आईवडील आलेच नव्हते. पण जोशीकाकू म्हणाल्या, "अहो, हल्ली नाहीतरी मुलांची पसंतीच महत्त्वाची असते. त्यातून आमच्या वन्सं, विजयची आई, अगदी साध्या आहेत. त्यामुळे विजयला मुलगी आवडली की त्यांना ती पसंतच असेल. बाकी अर्चनाच्या बाबतीच मी त्यांना भरवसा दिला आहे. त्यामुळे विजयचे आईवडील निर्धास्त आहेत. माझ्यावर विश्वास आहे त्यांचा."

आता मात्र घरी गडबड उडाली. हे इतकं अचानक ठरेल असं

वाटलंच नव्हतं. मुहूर्तही महिन्याभरानंतरचाच निघाला. मग तर काय सगळं घरदार अगदी कामालाच लागलं. या सगळ्या गडबडीत अर्चनाला निवांतपणे 'तुला मुलगा नक्की आवडलाय ना?' असं विचारायला झालंच नाही. 'नकार देण्यासारखं काही नाहीये म्हणजेच आपला होकार असावा' अशी स्वत:ची समजूत अर्चनानं घालून घेतली. अर्चना, आई, बाबा आणि मोठे काका, एकदा नागपूरला त्याच्या घरी जाऊन आले. विजयच्या आई खरोखरच अगदी साध्या आणि प्रेमळ होत्या. मग अर्चनाची कळी खुलली. विजयशी एकट्याशी फारशी भेट झालीच नाही. तसं त्यानं तिथं तिला संध्याकाळी फिरायला नेलं होतं. पण त्याला रस्ताभर कुणी ना कुणी भेटत होतं त्यामुळे गप्पा अशा विशेष झाल्याच नाहीत. त्यानंतर विजय अर्चनाला लग्नातच भेटला. त्यामुळे एका अनोळखी माणसाबरोबर आपलं लग्न होत असल्याची भावना अर्चनाच्या मनात सतत येत होती. पण अर्चना आपल्या लाघवी स्वभावानं सगळ्यांना जिंकून घेईल हा विश्वास तिच्या घरच्यांना होता.

'आपल्या अर्चूचं लग्न' अशी प्रत्येकाचीच भावना असल्यामुळे लग्न अगदी झोकात पार पडलं. इकडच्या लोकांचा उत्साह अगदी भरभरून वाहत होता. हसण्या-हसवण्याला-चिडवण्याला अगदी ऊत आला होता. त्यामानानं मुलाकडे जरा सामसूमच वाटत होती. एकतर ती लोक नागपूरहून उठून इथं आली होती. त्यामुळे त्यांची लोकंही कमीच होती. जी होती तीही अगदी शांत, काहीशी गंभीर होती. म्हणूनच बुहतेक मुलीकडच्यांचा आवाज जरा वरचाच वाटत होता. पण लग्न एकंदरीत छान पार पडलं. वरकरणी जोडाही साजेसा दिसत होता. माहेरघर सुनंसुनं करून अर्चना नागपूरला सासरी गेली. विजयचा स्वत:चा ब्लॉक तयारच होता. त्यामुळे अर्चनाचा स्वत:चा संसार सुरू झाला. भौगोलिक अंतरामुळे अर्चनाचं माहेरी येणं फारसं होत नसे. सणाच्या किंवा समारंभाच्या निमित्तानंच यायला मिळत होतं. आल्यावरही जायचीच घाई!

लग्नानंतर सहा महिन्यांत अर्चनाच्या मोठ्या काकांचं मोठं आजारपण सुरू झालं आणि सर्व घरदार काकांच्या शुश्रूषेत मग्न झालं. अर्चनाचा नवीन संसार, तिची कौतुकं हा विषय मागेच पडला. अर्चनाचा वर्षसणही त्यातच येऊन गेला. पण विजयला इथली पूर्ण कल्पना असल्यामुळे

त्यानंच कौतुक घेण्याचं नाकारलं. उलट तो अर्चनासह काकांना भेटायला येत असे, जमेल ती मदतही करत असे. त्यामुळे त्याच्याबद्दल सगळ्यांना ममत्व वाटू लागलं.

काकांचं आजारपण पूर्ण निस्तरलं गेलं. धोका टळला. तब्येत सुधारली म्हणून या दिवाळीत सगळ्यांनी नक्की जमायचं ठरलं. सुट्टी न मिळाल्यामुळे विजय येऊ शकला नाही. पण अर्चना आली. "अर्च्यामिर्च्या एक विचारू? कसा चाललाय संसार? सुखी आहेस ना?" अर्चनाच्या संजूदादानं तिला गच्चीत एकटीला गाठून विचारलं. अर्चनाचा लाडका संजूदादा! घरात इतकी भावंडं असतानाही अर्चूचं आणि संजूदादाचं विशेष गूळपीठ होतं. अर्चनावर संजूदादाचा खूप जीव होता. अगदी लहानपणापासून अर्चना संजूदादाच्या मागे मागे असायची. तोही तिला सगळीकडे मिरवत असे. चिडलेली, रुसलेली अर्चू इतर कुणामुळे नाही तरी संजूदादाच्या समजावण्यावर खुदकन हसत असे. त्याचा तिला धाकही तसाच असे. तिची इतकीशीही चूक त्याच्या नजरेतून सुटत नसे. पण खेळताना जराही ती लंगडताना दिसली, तर तो लगेच विचारपूस करत असे, लगेच औषधही लावत असे, वेळेला रात्री तिचे पायही चेपून देत असे. तिच्या तिखट स्वभावामुळे तो तिला लाडानं 'अर्च्यामिर्च्या' म्हणत असे.

आज ते नाव ऐकून अर्चनाच्या डोळ्यांना एकदम धाराच लागल्या. काय सांगू याला कुठं कुठं दुखतंय ते? मनाचं औषध कुठून आणेल हा? म्हणे 'कसा चाललाय संसार?' छान चाललाय! खरंच छान चाललाय? म्हणजे वरकरणी बोट ठेवण्यासारखं काहीच चूक नाहीये. विजयला व्यवस्थित नोकरी आहे, घराकडेही त्याचं नीट लक्ष आहे, घरात आवश्यक त्या सगळ्या सुखसोयी आहेत. पण तरीही... तरीही माझं मन मात्र विरसलेलं आहे. का? ते काय आणि कसं सांगू? कुठंपासून सांगू? खरं तर लग्नाच्या दिवशीही यांच्या, विजयच्या कपाळावर बारीक आठी होती. इतरांना ती कळली नाही. मलाही सगळ्या लोकांच्या गराड्यात ती दिसली नाही. पण आता फोटोंचा अल्बम बारकाईनी बघितला ना तर जाणवतेय ती आठी! तसं बघायला गेलं ना तर सगळं छान आहे, व्यवस्थित आहे. पण हा पणच मनाला बोचतोय!

सुरुवातीची नव्हाळीची धुंदी ओसरली. तेव्हा यांचं अचानक चिडणं,

बिनसणं लक्षात यायला लागलं. मला तर कळायचंच नाही, की आत्ता असं काय घडलं की ज्यानं हे चिडले? पण मग माझा आनंद नासून जायचा. त्या दिवशीची गोष्ट! लग्नानंतर काही दिवसांनी जयंतदादा आमच्या घरी आला होता. मला सरप्राईज द्यायचं म्हणून त्यानं आधी फोनही केला नव्हता. अचानक दारात येऊन उभा राहिला. यांनी दार उघडलं तेव्हा मी आत स्वयंपाकघरातच होते. नेहमीच्या सवयीनं जयंतदादानं दारातूनच आरोळी ठोकली- ''अर्च्या मी आलोय!'' जयंतदादाचा आवाज ऐकून मी आनंदानं पळतच बाहेर आले. तर हे माझ्याकडे इतक्या रागानं बघत होते, की मी जागीच थिजले. तरीही उसनं अवसान आणून जयंतदादाचा पाहुणचार केला. थोडा वेळ गप्पा मारून मी एकटीनं केलेल्या स्वयंपाकाची खूप स्तुती करून जयंतदादा निघून गेला. तो गेल्याबरोबर हे गरजले, ''इतक्या जोरात अगदी धावत बाहेर यायची काय गरज होती? भाऊच आला होता ना? यार नाही!'' मी अवाक होऊन पाहातच राहिले. भीतीनं, अपमानानं, शरमेनं डोळे मात्र घळाघळा वाहू लागले. हे मात्र काहीच न घडल्यासारखं वागू लागले. पण तो विखारी बाण मनातून काढायला मला मात्र दोन-तीन दिवस लागले. असे प्रसंग अधूनमधून घडू लागले. एकदा त्याचे मित्र, त्यांच्या बायका-मुलं, असे दहा-बाराजण आमच्याकडे जेवायला आले होते. दिवसभर खपून मी अगदी साग्रसंगीत स्वयंपाक केला होता. सगळ्यांनाच जेवण खूप आवडलं. सगळेजण माझ्या टापटिपीची, पाककौशल्याची स्तुती करत होते. नाही म्हटलं तरी त्या स्तुतीमुळे मलाही आनंद झाला होता. गप्पा मारत, खेळीमेळीत जेवण चाललेलं होतं आणि अचानक यांच्या लक्षात आलं, की एक भांड नीट विसळलेलं नाहीये. त्यावरून त्यांनी सर्वांसमक्ष मला रागवायला सुरुवात केली, माझं कसं घरात नीट लक्षच नसतं, बसून बसून मी कशी अगदी आळशी झालीये वगैरे वगैरे. सगळे एकदम चपापले, खाली मान घालून जेवायला लागले. जरा वेळानं हे शांत झाले आणि गप्पा मारू लागले. पण एकंदर मैफलीचा नूर बिघडला तो बिघडलाच. असे अनेक छोटे छोटे प्रसंग. मी मात्र आता जराशी घाबरूनच राहायला लागले. कधी यांचा पारा चढेल त्याचा नेम नसे. नेमकं तेव्हाच मोठ्या काकांचं आजारपण आलं त्यामुळे माहेरी येऊन आपलं रडगाणं

काय गाणार? त्यातून तिचा संजूदादा सध्या स्वत:च्या करिअरच्या मागे पळत असल्यामुळे दरवेळी तो तिला भेटतोच असं नाही. मग मी आपली इथं मुखवटा घालूनच असते. पण मनातल्या मनात मी हे कोडं कायम सोडवत असते, की 'माझं नक्की काय चुकतं?'

संजूदादानं नेहमीच्या खुबीनं अर्चनाकडून तिच्या मनातला हा सल समजून घेतला. तिची समजूत घातली. जसजसे दिवस जातील तसं सगळं छान होईल, असा विश्वास दिला. मन मोकळं झाल्यामुळे अर्चनाही खुलली. मग पुढचे आठ दिवस परत एकदा सगळ्यांची लाडकी अर्चू होऊन लाड करून घेतले. यावेळी अर्चना घरी जाताना मनात आनंद, डोळ्यांत पाणी आणि हातात सगळ्यांनी दिलेल्या काय काय भेटवस्तू घेऊनच निघाली. संजूदादानं तर तिच्या लांबसडक शेपट्यावर घालायला चांदीची सुंदर वेणी आणली होती. घरी गेल्यावर हे सगळं विजयला दाखवताना अर्चनाला, तर माहेरच्या किती गोष्टी सांगू नि किती नाही, असं झालं होतं. विशेषत: तिच्या लाडक्या संजूदादाच्या! त्यानं दिलेली ती वेणी केसात घालताना अर्चनाला आठवत होतं, की संजूदादाला तिच्या लांबसडक केसांचं केवढं कौतुक होतं. दर सणाला, समारंभाला तो तिच्यासाठी खास गजरा आणत असे. त्यासाठी सगळा बाजार तो पालथा घालायचा. त्या आठवणीनंही अर्चनाच्या डोळ्यांतून हसू सांडत होतं. "आज काय जेवायला मिळणारे की माहेरच्या गप्पांनीच पोट भरायचंय?" या तिखट प्रश्नानी अर्चना एकदम भानावर आली आणि मुकाट स्वयंपाकाला लागली.

एकदा सासूबाई घरी राहायला आल्या होत्या. त्यांना टेकडीवरच्या गणपतीला जायचं मनात होतं. म्हणून विजय, अर्चना त्यांना घेऊन गणपतीला गेले होते. आधी होडीतून जाऊन मग छोट्याशा टेकडीवरचे ते देऊळ खूप सुंदर होतं. आसपासचा तो सुंदर परिसर, ती शांतता आणि सासूबाईचा प्रेमळ सहवास यानं अर्चना अगदी खूष झाली होती. देवळामागच्या आमराईत तर झाडाला बांधलेले झोपाळेही होते. मग तर अर्चना आपलं वय विसरून कितीतरी वेळ झोके घेत राहिली. परतताना अशाच कुठल्यातरी क्षुल्लक कारणावरून विजय खूप चिडला आणि अर्चनाला बोलला. त्याच्या डोळ्यांतला राग बघून सासूबाई उसासल्या.

दुसऱ्या दिवशी विजय घरात नसताना त्यांनी अर्चनाला बोलवून जवळ बसवलं आणि सांगितलं. "मला वाटलं होतं, की विजय वडिलांपेक्षा जरा वेगळा निपजेल. पण नाही वडिलांचा नेमका हाच गुण त्यानं घेतला. तुझ्या सासऱ्यांनाही मला कसलाही खूप आनंद झालेला चालत नाही. म्हणजे त्यांना ते सहन होत नाही. मग कुठल्यातरी फुटकळ कारणावरून चिडून ते भरपूर आरडाओरडा करतात, मी केलेल्या न केलेल्या सगळ्या चुकांची यादी वाचतात. घाबरून माझा चेहरा उतरला की मग यांना शांत वाटतं आणि ते नॉर्मल वागू लागतात. विजयलाही असं वागताना बघून मला फार वाईट वाटलं. माझ्याकडून मी खूप प्रयत्न केले त्याला समजावायचे, बदलवायचे. पण वळणाचं पाणी शेवटी वळणालाच गेलं. मी हरले. एक आई म्हणून मी तुझी मनापासून क्षमा मागते. खरंच सांगते विजय मनाचा वाईट नाहीये. पण या त्याच्या रक्तातल्या गुणापुढे मात्र तो हतबल आहे. तुला जेव्हा मी पहिल्यांदा पाहिली, तेव्हा तुझं हसरं रूप बघून मी लोभावून गेले. खूप आशा वाटली की तुझ्या लाघवी स्वभावानं तू विजयला बदलवशील, पण यासाठी तुला खूप सहनशक्ती हवी. ही लढाई तुझी तुलाच लढावी लागणार; कारण माझी तुला साथ असलेली त्याला चालणार नाही. तेव्हा ही लढाई कशी खेळायची हे तुझं तू ठरव. माझे तुला खूप खूप आशीर्वाद आहेत."

आता अर्चनाला सगळ्याचा उलगडा झाला. विजयच्या अचानक होणाऱ्या रागाच्या स्फोटाचं कारण कळलं. थोडक्यात काय, तर अर्चनानं कुठल्याही गोष्टीनं, आनंदाने फुलून जायचं नाही. जेव्हा विजय परवानगी देईल, म्हणजेच त्याच्या गोष्टींवर फक्त आनंद दाखवायचा, इतर वेळी नाही. मग अर्चनानंही कंबर कसली. ठीक आहे असं तर असं! तुमच्या अटी-नियमानुसार हा खेळ खेळू; आणि मग अर्चनानं आपल्या सैरावैरा धावणाऱ्या मनाला आवर घालण्याकरता हातात चाबूक घेतला. जरासुद्धा इथंतिथं धावायचं नाही, कुठलेही हट्ट करायचे नाहीत. आनंदाचे एकेक दरवाजे तिनं आपल्या हातानं बंद करून टाकले. ती आणि तिचं मन याशिवाय कुणालाही त्या बंद दरवाज्यांच्या खोलीत प्रवेश नव्हता. बाहेरच्या जगासाठी तिनं मुखवटा परिधान केला. तिला आधीपासून ओळखणारे म्हणू लागले. "अर्चना लग्नामुळे अगदी मॅच्युअर्ड झालीये,

समंजस, गंभीरपणा तिच्यात आलाय.''

काळ आणि निसर्ग कोणासाठीच त्याचं चक्र थांबवत नसतो. अर्चना तिच्या संसारात स्थिरावली. वरकरणी सगळं नॉर्मल चाललं होतं. विजय-अर्चनाचा मुलगा अजय आता शाळेत जाऊ लागलेला होता. अजयच्या बाळंतपणाच्या साठी जेव्हा अर्चना माहेरी गेली, तेव्हा तिनं तिचा शेवटचा आनंद मनसोक्त उपभोगून घेतला. खूप गप्पा, खूप चिडवाचिडवी, हसणं सगळं अगदी पुरेपूर उपभोगून घेतलं. जणू तिचं लहानपण ती परत एकदा जगली. प्रत्येकाकडे हट्ट केले, लाड करून घेतले. छोट्या अजयला घरी घेऊन जाण्याच्या आदल्या रात्री, एकटीनंच अंधारात खूप रडून त्या आनंदी, खेळकर अर्चनाचा तिनं निरोप घेतला आणि आयुष्यात परत न भेटण्याची तिला शपथ घातली. यावेळी तिचा संजूदादा परदेशात असल्यामुळे तिच्या मनाचा तळ कुणालाच दिसला नाही.

घरी आल्यावर पहिला घाव तिच्या लांबसडक केसांवर पडला, कारण गेल्या वेळेस संजूदादानं दिलेली वेणी पाहिल्यापासून विजयचा हट्ट सुरू झाला होता, की ''केस कापून टाकू. किती काकूबाई दिसतेस! आजच्या जगाप्रमाणे जरा मॉर्डन हो!'' या हट्टामागचं खरं कारण कळल्यामुळे अर्चना शांतपणे एक दिवस जाऊन केस कापून आली. पार बॉयकट करून टाकला. उगीच तो लांबसडक शेपटा नको आणि त्याच्या कौतुकानं झालेला आनंदही नको. ती पार्लरवालीच खूप हळहळली केस कापताना. पण अर्चना शांत होती.

अशा रितीनं तिच्या मनातला आनंदाचा झरा खडकाच्या एकेक थराखाली गाडला जाऊ लागला. अर्चनाचे सगळे व्यवहार आता गंभीरपणे न बोलता, न हसता पार पडायला लागले. विशेषत: विजय घरात असताना तर बाष्कळ बडबड नाही, हसणं नाही. कामापुरतंच बोलणं. शेजार-पाजारच्या बायकांशी जुळवलेले संबंधही अर्चनानं कमी करून टाकले. ती आता घरातच एकटी बसू लागली. छोट्या अजयशी खेळणं हा एकच आनंद तिच्या आयुष्यात उरला. त्यातही विजय घरी आला, की ती अजयशी खेळणं टाळतच असे. त्याला विजयकडेच सोपवत असे.

आताशा घरात शांतता नांदत असे, कारण अर्चना पूर्णपणे विजयच्या

तालानुसार वागत असे. अजय जसा जसा मोठा होऊ लागला, तसा त्यांनंही ही पद्धत मान्य केली, की बाबा घरी नसतानाच आईशी खेळायचं, हट्ट करायचं, बाबा आले की अळीमिळी गुपचिळी! अर्चनानं माहेरी जाणंही कमी करून टाकलं. त्याचं एक कारण म्हणजे तिथं आनंदीपणाचा मुखवटा घालावा लागे आणि दुसरं म्हणजे जर थोडे जास्त दिवस माहेरी राहिलं, की मूळची आनंदी अर्चना जिला हिनं आत मनाच्या अंधारकोठडीत बंद करून टाकलं होतं, ती नव्यानं दारावर धडका देऊ लागे. मग मात्र अर्चनाला परत हातात चाबूक घ्यावा लागे; कारण ती जर बाहेर आली, तर परत घरी गेल्यावर तिला आत बंद करणं अवघड जात असे. मग तिची होणारी तडफड, तिचा आक्रोश यानं अर्चना जेरीला येत असे. त्यामुळे नको ते माहेरी जाणं असं अर्चनाला वाटू लागले. अजयच्या शाळेचं निमित्त छान पुढे करता येत असे. तसंही विजयला अर्चनाचं माहेरी जाणं आवडतच नसे; कारण परत तेच. तिथं ती खूप आनंदात असते. म्हणजे मीही हसणार नाही आणि तूही हसायचं नाही. आईबाबा गेल्यानंतर, तर अर्चना माहेरी येतच नाही हे सगळ्यांनी गृहीतच धरलं. हळूहळू अर्चना पूर्ण गंभीर व काहीशी पुरुषी होऊ लागली.

या काळात अर्चनानं एकदाच हट्ट करून बघितला. अजय जेव्हा चार वर्षाचा झाला तेव्हा अर्चनानं अजून एका बाळाचा हट्ट केला. मनातून तिला आशा होती की जर मुलगी झाली, तर माझी सुखदुःख शेअर करायला कोणीतरी होईल. पण परोपरीनं विनवूनही विजयनं तिचा हा हट्ट पुरवला नाही. तेव्हा मात्र अर्चनानं मनाचं शेवटचं दारही बंद केलं; आणि त्या अवखळ, नाचऱ्या, मुग्ध अर्चनाला आत कायमची बंदिवान करून टाकलं.

शर्वरी काहीशी अस्वस्थ होती. गेली काही दिवस एक गोष्ट तिला जाणवली होती. त्यामुळेच ही अस्वस्थता होती. अजयशी लग्न होऊन शर्वरी या घरात आल्याला आता वर्ष होत आलं होतं. पहिले सहा महिने नवीन घर, नवी माणसं, नवा संसार यातच उडून गेले होते. शर्वरी शाळेत शिकवत असे त्यामुळे तशी ती बराच वेळ घरी असे. अर्चनाच्या गंभीर स्वभावामुळे शर्वरी तिच्यापासून काहीशी दूरदूरच असे. सासू म्हणून अर्चनाचा कुठल्याच बाबतीत काहीही आग्रह नसे. ती शर्वरीशी काहीशी

अलिप्तच वागे. 'प्रत्येक गोष्टीत फार नाक खुपसण्यापेक्षा हे बरं!'' असा सोयिस्कर समज शर्वरीनं करून घेतला होता. त्यामुळे रोजच्या व्यवहारातले 'भाजी काय करू किंवा आज यायला उशीर होईल.' यापलीकडे सासू-सुनेचं फारसं संभाषण नसे.

पण अलीकडे शर्वरीच्या असं लक्षात आलं, की आपण जेव्हा काम करताना गुणगुणत असतो किंवा बाहेर जाण्यासाठी तयारी करत असतो किंवा अजयशी गप्पा मारताना टाळ्या देऊन हसत असतो, तेव्हा सासूबाई एकटक आपल्याकडे बघत असतात, एक वेगळीच असोशी असते त्यांच्या नजरेत! का बरं? नजरेला नजर मात्र देत नाहीत, पटकन उठून जातात, बोलत तर काहीच नाहीत. मी बोलायचा प्रयत्न केला, तर स्वतःला अगदी मिटवून घेतात. एकदा शाळेतून येताना छान गजरे मिळाले म्हणून दोघींसाठी आणले. त्यांना दिला तर इतक्या जोरात हसल्या आणि म्हणाल्या, ''वेडीच आहेस. माझा बॉयकट विसरलीस का? या छोट्या केसांवर कुठं घालू हा गजरा?'' पण त्या हसण्यातही डोळे काहीतरी वेगळंच सांगत होते.

आता मात्र शर्वरीनं ठरवलं की या मधल्या भिंती पाडूनच टाकायच्या. एकाच घरात राहायचं तर असं अलिप्त राहाणं जमणार नाही. प्रथम ती अजयशी बोलली तर तो म्हणाला, ''आई पहिल्यापासून अशीच आहे तू उगीचच काहीतरी डोक्यात घेऊ नकोस आणि अलिप्त आहे ते छानच आहे, की तुमची दोघींची भांडण नाहीत त्यामुळे माझ्या डोक्याला शांतता आहे. बघ हे नंतर मग म्हणशील सासू किती मधेमधे लुडबूड करते म्हणून!'' पण शर्वरीनं तिच्याकडून प्रयत्न चालू ठेवले. तिनं प्रथम अर्चनाशी गप्पा मारण्याचा प्रयत्न केला. पण अर्चनाचं जेवढ्यास तेवढं उत्तर असे. त्यामुळे संभाषणाची गाडी फारशी पुढे सरकत नसे. अर्चना अबोलपणे, अलिप्तपणे दिवसभर घरात वावरत असे. गुरुपौर्णिमेच्या दिवशी शर्वरीचा शाळेत 'विद्यार्थ्यांची लाडकी टीचर' म्हणून विशेष सत्कार झाला. शर्वरी आनंदानं नाचतच घरात शिरली. तिचे आईवडील नेमके ट्रॅव्हल कंपनीबरोबर प्रवासाला गेले होते. त्यामुळे हा आनंद कुणाशी शेअर करावा असा विचार करतच ती घरात शिरली. अर्चना समोर दिसताच प्रथम मिळालेला फुलांचा गुच्छा तिच्या हातांत देऊन तिला

वाकून नमस्कार केला आणि मग सासू-सुनेचं नातं विसरून अर्चनाला घट्ट मिठी मारली आणि तिच्या गालावर ओठ टेकवले. अर्चना इतकी बावचळली की प्रथम 'आसपास कुणी हे बघितलं नाही ना' हे पाहिलं. मग शर्वरीच्या डोक्यावर हात ठेवून तोंडातल्या तोंडात काहीतरी पुटपुटली आणि झटकन आत खोलीत निघून गेली. डोक्यावर ठेवलेल्या हाताची थरथर अजूनही शर्वरीला जाणवत होती. काहीशा उत्सुकतेनं पाच मिनिटांनी शर्वरी अर्चनाच्या खोलीत डोकावली. तर अर्चना आरश्यासमोर उभी होती, डोळे पाण्याने भरले होते आणि हात गालावरून जिथं शर्वरीनं ओठ टेकवले होते. त्यावरून हळुवार फिरत होता. अर्चनाचं हे रूप शर्वरीला नवीनच होतं. पण आत जाऊन अर्चनाची तंद्री मोडावी, असं शर्वरीला वाटलं नाही.

या प्रसंगामुळे शर्वरीची खात्रीच पटली, की या वरून टणक, खडबडीत दिसणाऱ्या खडकाखाली निवळशंख पाण्याचा झरा आहे. याला दुजोरा लवकरच मिळाला. अजयच्या आजोळी कुठल्याशा मामेभावाचं लग्न निघालं. सर्वांना आग्रहाचं आमंत्रण होतं. "मी काही जाणार नाही. तुम्हाला जायचं तर जा." असं अर्चनाने लगेच जाहीर करून टाकलं. खरं तर अजयही जायला फारसा उत्सुक नव्हता; कारण मामे, मावस भावंडांशी अजयचा फारसा संबंध आला नव्हता. काहीशी अनोळखीच होती ती भावंडं! पण शर्वरीनं आग्रहच धरला, 'जाऊन तर बघू त्या निमित्तानं माझ्या सगळ्यांशी ओळखी होतील. नाही आवडली ती लोकं तर परत नाही जायचं. पण आधीच नकार का द्यायचा? शेवटी अजय तयार झाला आणि दोघे लग्नाला गेले. अजयच्या आजोळघरची सगळी धमाल, गोंधळ बघून तर शर्वरी खूप खूषच झाली. अजयचे सख्खे चुलत मामा, मामी, मावश्या, मामे मावस भावंडं भरपूर गोतावळा होता. सगळे खूप उत्साही होते, सतत गप्पांचे फड रंगत होते, नवीन नवीन टूम निघत होत्या. चिडवाचिडवीला आणि हसण्याला तर अगदी ऊत आला होता. शर्वरी खूप पटकन सगळ्यांच्यात मिसळून गेली. जणू अजयकडे तिला जे मिळत नव्हतं ते सगळं या घरी अचानक गवसलं. खूप प्रेमळ आणि साधी माणसं होती. शर्वरी जणू अगदी खूप वर्षं या घरात येत असल्यासारखी तिथं वावरू लागली. लग्न खूपच छान पार पडलं. लक्ष्मीपूजन झाल्यावर रात्री गच्चीत पिठलं-भाताचा फडशा पाडून सगळेजण एक प्रकारच्या

तृप्तीत गप्पा छाटत बसले होते.

शर्वरीला आज तर सासूबाईंची फारच आठवण येत होती. गेले तीन दिवस तिला एक प्रश्न वारंवार छळत होता. इतक्या आनंदी, उत्साही घरातून आलेल्या आपल्या सासूबाई इतक्या गंभीर आणि रुक्ष कशा? अजयचे संजूमामा जे गेली २५ वर्ष परदेशात असतात, शर्वरीला शोधत आले आणि अत्यंत मायेनं त्यांनी विचारलं, ''काय म्हणतोय आमचा अर्च्यामिर्च्या?'' अचानक त्या बंद पेटाऱ्याचं कुलूप निखळलं आणि आतली सर्व गुपितं शर्वरीसमोर उघड झाली. मध्यरात्र उलटून गेली तरी शर्वरी आणि संजूमामांच्या गप्पा संपत नव्हत्या. शर्वरीला अनेक प्रश्नांची उत्तरं मिळाली अनेक कोडी सुटली. बोलताना शर्वरीला आठवले कित्येकदा सासुबाईंच्या नजरेत, बाहेर मैत्रिणी खेळत असताना घरात डांबून ठेवलेल्या, खिडकीतून बाहेरच्या मैत्रिणींचा खेळ चोरून पाहणाऱ्या मुलीची असोशी दिसली होती. गप्पा मारताना कित्येकदा शर्वरी संजूमामांबरोबर डोळे पुसत होती. आपल्या लाडक्या अर्चनाला आपण काहीही मदत करू शकलो नाही, याची अगतिकता संजूमामांच्या स्वरात जाणवत होती. पण संजूमामांनी वर्णन केलेल्या अर्चनावर मात्र शर्वरी लोभावली होती. त्या अवखळ, अल्लड अर्चनाला नाकारून, तिला मनाच्या काळोख्या खोलीत डांबून जगणाऱ्या सासूबाईंना मदत करायचं प्रॉमिस तिनं संजूमामांना दिलं. प्रेमादरानं वाकून नमस्कार करणाऱ्या शर्वरीला संजूमामांनी कवेत घेतलं आणि आनंदानं डोळे पुसत दोघंही खाली आले.

लग्नाहून परत आलेली शर्वरी जणू कोणी नवीनच मुलगी होती. प्रत्येक गोष्टीत जणू ती सासूबाईंवर प्रेमाचा अधिकार गाजवत होती, कुठलाही नकार मुळी ती ऐकूनच घेत नव्हती, त्यांना आपल्या मनासारखे वागायला लावत होती, छोट्या छोट्या गोष्टीतले आनंद त्यांच्या बरोबरीनं उपभोगत होती. दणकून केलेल्या मंगळागौरीच्या पूजेला तिनं सासुबाईंनाही नटायला लावले. पूजेला सासुबाईंच्या जोडीनं नमस्कार करताना शर्वरीच्या मनात आलं- 'या नटलेल्या आणि डोळ्यांतून हसू सांडणाऱ्या अर्चनाचा फोटो संजूमामांना आठवणीनं पाठवायला हवा.'

॥ ॥

८.

आप्त

वंदना खुशीत शीळ घालतच जिना उतरली. पार्टी मस्त झाली
होती. स्कूटरला किक मारताना तिच्या डोक्यात पार्टीचेच विचार चालू
होते. ग्रुपमधले सगळेजण आले होते. हल्ली सगळ्यांची मुले मोठी
झाल्यामुळे प्रत्येकाचे टाईमटेबल वेगळे झाले होते. त्यामुळे हे सगळं असं
एकत्र जमणं, एकत्र पिकनिकला जाणं वगैरे प्रोग्रॅम्स कमी झाले होते. आज
बऱ्याच दिवसांनी सगळे भेटल्यामुळे गप्पांना अगदी ऊत आला होता.
हसण्या-खिदळण्यांनी आगरकरचे घर अगदी दणाणून गेलं होतं. या
सगळ्यामुळे मन अगदी हलकं झालं होतं. या विचारात मग्न होऊन
वंदनाचं किक मारणं चालूंच होतं. स्कूटर सर्व्हिसिंगला देऊन बरेच महिने
उलटून गेले होते. खरं म्हणजे आता सर्व्हिसिंग (due) होते, पण काहीना
काही कारणाने ते लांबणीवर पडत होते. त्यामुळे हल्ली स्कूटर त्रास
द्यायला लागली होती. स्कूटर इथेच ठेवून सरळ रिक्षानं घरी जावं असा
विचारही वंदनाच्या मनात येऊन गेला. तिनं घड्याळ्यात पाहिलं. सव्वादहाच
वाजले होते. पण आगरकरांचं हे नवं घर गावापासून थोडे दूर एका
बाजूला होते. त्यामुळे आता रात्री रिक्षा मिळेल की नाही जरा शंका होती.
जरी मिळाली तरी परत स्कूटरसाठी उद्या इतक्या दूर यायलाच लागणार
होतं. या सर्व विचारांनी वंदनाने पाय भरून आला होता तरी परत
जोरजोराने किक मारल्या आणि एकदाची स्कूटर चालू झाली. एक तर ही
कॉलनी गावापासून थोडी दूर आणि रात्रीचे दहा वाजून गेले होते. त्यामुळे
रस्त्यावर अगदी तुरळक रहदारी होती. हवा मस्त आल्हाददायक होती,
अशा वातावरणात स्कूटर चालवायला जाम मजा येत होती. वाऱ्यामुळे

उडणाऱ्या केसांच्या पिसाऱ्याबरोबर वंदनाचं मनही मोकळं सुटलं होतं. पार्टीतल्या सर्व मित्रमंडळींच्या भेटीचा- गप्पांचा असर मनावर अलगद धुंदी आणत होता. हे सगळेजण सतीशचे, म्हणजे तिच्या नवऱ्याचे, कॉलेजपासूनचे दोस्त. २५-३० वर्षे त्यांची मैत्री टिकून आहे. लग्न व मुलांचे आगमन यामुळे पटावरची संख्या वाढली आहे पण ग्रुप अजून टिकून आहे. हां, आता पहिल्यासारखं मनात आलं की भेटणं होत नव्हतं पण प्रत्येक भेट आनंद देत होती. सतीश टूरवर गेला असल्यामुळे आज तो आला नव्हता. त्याच्या नोकरीनिमित्त त्याला वारंवार टूरवर जावे लागत असे. मुलं लहान होती तेव्हा सतीशचे नसणे वंदनाला तितकेसे जाणवायचे नाही. मुलांचे सगळे करण्यापुढे तिला दिवस अपुरा पडत असे. सतीश टूरवर गेला की थोडी विश्रांतीच मिळत असे. कारण तितकेच दिवस तिला निदान सतीशच्या लहरी सांभाळाव्या लागत नसत. फक्त मुलांचं बघितलं की झालं. आता मुलंही मोठी झालेली होती, आपापल्या व्यापात मग्न होती. वेळच्या वेळी खायला मिळालं की त्यांना आईची बाकी काही गरज भासत नसे.

त्यामुळे वंदनाला आता सतीशचे टूरवर जाणेच नको वाटत होते. तो टूरवर गेला की एकटेपण ठळकपणे जाणवू लागायचे. खरंतर वंदना मुळात अतिशय उत्साही होती. हिंडणे-फिरणे, खरेदी करणे, लोकांच्यात मिसळणे, लोकांना आपल्या घरी बोलावणे या सगळ्यांची तिला मनापासून आवड होती. त्यामानाने सतीशला याच्यात फारसा रस नसायचा, पण तिच्या आग्रहाखातर तिच्याबरोबर तो नाइलाजाने जायचा. त्याची नाराजी सहन करीतच जमेल तेवढे वंदना सर्व एन्जॉय करायची. आजची ही आगरकरांकडची पार्टी पंधरा दिवसांपूर्वींच ठरली होती. सतीशची टूर अचानक ठरली. टूर ठरल्यावर पार्टीचा विषय निघालाच होता. सतीशचे म्हणणे होते की वंदनाने एकटीने जाऊ नये. आगरकरांचे घर खूपच दूर आहे. रात्री येताना एकटी कशी परत येणार? पण वंदनाला हे पटले नाही. थोड्या वाद-विवादानंतर 'येताना कोणाला तरी बरोबर यायला सांगायचं' या तडजोडीनंतर त्याने तिला जायची परवानगी दिली होती. लग्नानंतरच्या या २० वर्षांत सतीशचे मित्र तिचेही मित्र झाले होते. सर्वजण सुशिक्षित घरचे होते. आपापल्या क्षेत्रात जम बसवून बऱ्यापैकी

मोठ्या हुद्याची जागा भूषवीत होते. वंदनाच्या बोलक्या स्वभावामुळे सर्वांशी तिचे संबंध आपुलकीचे होते. कुठल्याही अडचणीला प्रत्येकजण तिच्यासाठी धावून येईल, ही तिला खात्री होती. त्यातून पाटणकर त्यांच्याच एरियात थोडासा पुढे राहतो. त्यांच्या सोबतीने ती परत येऊ शकणार होती.

छान, मोकळा रस्ता, मस्त वारा वंदना यामुळे अगदी खुशीत होती. रंगलेल्या पार्टीचेच विचार मनात घोळत होते. आगरकरचे नवे घर मस्तच आहे. सुषमाने जेवण छान केले होते. मोजकेच पण चमचमीत पदार्थ. त्यामुळे जेवण जरा जास्तच झाले होते. वंदनाच्या आजच्या नव्या साडीचेही खूप कौतुक झाले होते. सगळ्या जणींच्या डोळ्यांतील असूया बघून वंदनाला साडीसाठी मोजलेल्या पैशांचा मोबदला मिळाल्याचे समाधान झाले. या रंगासाठी तिने दुकानदाराला दुकानातील सर्व साड्या काढायला लावल्या होत्या. आज दुपारी पार्लरमध्ये जाऊन केस परत थोडे कापून सेटही करून घेतले होते. त्या सगळ्याचे चीज झाले होते. आगरकरांच्या घरात प्रवेश केला तेव्हा सर्व पुरुषांच्या डोळ्यांतील दाद तिने टिपली होती. बायकांनी पण 'काय मस्त साडी आहे गं?' म्हणून एकदम गिल्ला केला होता. मोहन तर कधीपासून वंदनाशी एकटीशी बोलता यावं म्हणून टपून बसला होता. संधी मिळताच तिला एकटीला गाठून 'आज तू खूप सुंदर दिसत आहेस. हा रंग तुला खूप खुलून दिसतो.' असे मत दिले होते. खरं म्हणजे यावर काय प्रतिक्रिया द्यावी तेच वंदनाला कळले नव्हते. कारण मोहनचे डोळे काहीतरी वेगळेच बोलत होते. हे नक्की काय आहे याचा वंदनाला उलगडा होत नव्हता, पण मोहनचे वागणे कुठेतरी खटकत होते हे नक्की. मागेही एकदा एका ट्रिपला जरा जास्तच जवळीक साधायला बघतो आहे, बोलण्यात काहीतरी वेगळंच सुचवीत आहे, अशी वंदनाला शंका येत होती. परत येताना तर गाडीत फार गर्दी आहे. या कारणाने तो वंदनाला अगदी खेटूनच बसला होता. याने पुढे बसायला काय हरकत होती? इथे मागे कशाला बसला? हा विचार रस्ताभर वंदनाच्या डोक्यात घुमत होता. सुशिक्षित आणि सुसंस्कृतपणाने आलेल्या संकोचामुळे वंदनाने हे विचार कुठेही बाहेर उमटू न देता मनातच दडपून टाकले होते. आजही तिने ते विचार झटकून पार्टी एन्जॉय केली होती.

विचारात निम्मा रस्ता संपलासुद्धा होता. मोठ्या चौकात वळून वंदना दुसऱ्या रस्त्याला लागली. मेन रोड पार करून शेवटच्या चौकात उजवीकडे वळलं की आतल्या उजवीकडच्या सोसायटीत वंदनाचं घर होते. त्यामुळे त्या रस्त्याला लागल्यावर वंदनाला एकदम आपल्या एरियात आल्यासारखे वाटलं. तिने घड्याळ्यात पाहिले. दहा चाळीस झाले होते. तिने मनाशी हिशोब केला की दहा पन्नासला आपण घरी सहज पोहोचू. सतीशच्या दृष्टिकोनातून हा उशीरच होता. ज्या पाटणकरांच्या सोबतीने ती परत घरी येणार होती, ते काही कारणाने आज आलेच नव्हते. ही बातमी तिथे गेल्यावर वंदनाला कळली होती. तेव्हाच खरं तर तिने बरोबर ९-३० वाजता परत निघण्याचा निश्चय केला होता. तिने तो जाहीर केल्यावर 'अगं तुला काय कोणीही सोडेल. तू काळजी करू नकोस' अशी भरघोस आश्वासनं सगळ्यांकडून तिला मिळाली होती. गप्पांच्या नादात १० कधी वाजले ते कळलेच नव्हते.

विचारात गुरफटलेल्या वंदनाला डावीकडच्या गल्लीतून भसकन बाहेर आलेला ट्रक दिसलाच नाही. नेहमीप्रमाणे ट्रक डायव्हरने गुर्मीत ट्रक डावीकडे वळविला आणि स्पीड आणखीनच वाढवून जोरात निघून गेला. वेग एकदम कमी करून स्कूटरवर नियंत्रण ठेवताना वंदनाची तारांबळ उडाली. तिने कचकन ब्रेक दाबला आणि एक गचका खाऊन स्कूटर बंद पडली. धक्क्यातून सावरेपर्यंत वंदना स्वस्थ उभी राहिली. हृदयातील धडधड जरा स्थिरावल्यावर तिने सावकाशीने स्कूटर स्टँन्डवर घेतली आणि किक मारू लागली. स्कूटर चालू होईना. प्रत्येक किकबरोबर स्कूटरला आणि त्या ट्रक ड्रायव्हरला ती मनोमन शिव्या घालीत होती. पण स्कूटर काही चालू होत नव्हती. दम खाण्यासाठी म्हणून एक मिनिट ती थांबली तेव्हा तिच्या लक्षात आलं की मागून चालत येणारं ५-६ जणांचं एक टोळकं आता पुढे जाऊन रेंगाळलंय. तिच्याकडे बघत त्यांची काही तरी चर्चा चालू आहे. तेवढ्यात दोघातिघांनी अचकट हसत एकाला टाळी दिली. वंदनाच्या घशाला एकदम कोरड पडली. तिने घाईघाईने स्कूटर स्डॅन्डवरून उतरवली आणि ओढत चालवत नेऊ लागली. त्या टोळक्याच्या जवळून जाताना त्यांच्याकडे दुर्लक्ष करण्याचा तिने आटोकाट प्रयत्न केला तरी 'साडीचा रंग तर बाकी ज्याम खुलतोय, कंडा दिसतेय'

हे वाक्य आणि सगळ्यांचं हसणं कानावर पडलंच. तिच्या अंगावर सरसरून काटा आला. रस्त्याचा रिकामेपणा आता तिला घाबरवू लागला. या रस्त्यावर एकदम वाहनांची आणि माणसांची गर्दी व्हावी असं वाटू लागलं. खरं तर हा रस्ता अतिशय गर्दीचा आणि गजबजलेला असतो. पीक अवर्सला तर प्रत्येक वाहन जणू आपल्याच पुढे तडमडतंय आणि रस्त्यावरच्या प्रत्येकाला आपल्याच स्कूटरसमोरून क्रॉस करायचा आहे. असं वाटत असतं आणि नको ही गर्दी अशी भावना असते. पण त्याच गर्दीची सोबत आत्ता वंदनाला हवीशी वाटत होती.

रागाच्या भरात पावले ताडताड पडत होती. पण हातातल्या स्कूटरमुळे फार भरभर चालताही येत नव्हते. फूटपाथवर अंथरूण पसरून पेंगुळलेले लोक मान पूर्ण १८० कोनात फिरवून तिला न्याहाळत होते. त्या नजरा तिला भाल्याप्रमाणे टोचत होत्या. त्यांच्या सहज हसण्याचा आवाजही वंदनाच्या पोटात गोळा उठवू लागला. मघाशी पिसाऱ्यासारखे फुलणारे मोकळे केस सारखे तोंडावर येऊन चीड आणत होते. सगळ्या मैत्रिणींच्या डोळ्यांत असूया फुलवणारी साडी आता पायात येऊन अडखळायला होत होते आणि यापेक्षा ड्रेस घातला असता तर किती बरं झालं असतं असं वाटत होतं.

दम खाण्यासाठी ती एक मिनिटं थांबली. स्कूटर स्टँडला लावली आणि पर्समधून रबरबँड शोधून काढला. केस रबरात अडकवून टाकत असतानाच वंदनाला तो दिसला. रस्त्याच्या त्या बाजूला थांबून तिच्याकडे बघत होता. हो, तोच होता तो. दाढी केस अमाप वाढलेले, त्यात माती, घाण अडकून, जटा झालेल्या अंगावर कधीचे घातलेले मळके, फाटके कपडे. स्वच्छतेशी शरीराचा संबंध कधीच संपलेला असा तो. वंदनाच्या कॉलनीच्या आसपासच कुठेतरी हिंडत असायचा. त्याचा ठावठिकाणा नक्की कोणालाच माहीत नव्हता. पण कुठे ना कुठे नजरेस पडायचा. रोज सकाळी वंदना आणि सतीश बाल्कनीत बसून चहा घेत असत. तेव्हा बऱ्याचदा तो समोरच्या चहावाल्याच्या टपरीशी बसलेला असे. तो चहावाला दयाळूपणे त्याला रोज चहा ब्रेड खायला देत असे. चहावाल्याकडे जर गर्दी असेल तर त्याला सवड होईपर्यंत हा शांतपणे बाजूला बसून असे. त्या दृश्याकडे नजर गेली की नकळत वंदना व सतीशचे त्याच्याबद्दल

बोलणे होत असे. कोण होता तो? कुठून आलाय? वेडा आहे की भणंग भिकारी? भिकारी म्हणावे तर तसं कोणाकडे काही मागताना तो दिसला नव्हता. हे असे लोक कुठून येतात? यांचं घरदार कुठे असतं? हे जगतात तरी कशावर? या माणसाची तर कुणालाच माहिती नव्हती.

तसा त्याने कुणाला त्रास दिला नव्हता. पण एकंदर त्याचे स्वरूप भीतीदायक होते. कधी रस्त्यात जर तो समोरून आला तर नकळतच सगळे जण रस्ता बदलून दुसऱ्या बाजूने जात असत. कॉलनीत मुलांना खेळायला जे पार्क केलं होतं तिथं खेळणाऱ्या मुलांकडे याला तासन्तास टक लावून बघत बसलेला बऱ्याच जणांनी पाहिलेला होता. या अशा त्याच्या बघण्यामुळे जोशीकाकू आणि गोखलेकाकू या भोचक जोडगोळीने 'हा नक्की मुले पळवणारा असणार' अशी अफवा आपल्या मौखिक वार्तापत्रातून पसरवली होती. ज्यांची मुलं लहान होती त्या आयांना भेटून 'आपापली मुले संभाळा गं बायांनो' अशी ताकीदही द्यायला दोघीजणी विसरल्या नव्हत्या.

एकदाच त्यांच्याच कॉलनीत छोटसं वादळ उठलं होतं. देशमुखांची दीपाली मेन रोड क्रॉस करत होती. स्वतःच्या नादात ती चालली होती. काय झालं तिला कळलंच नाही, पण याने म्हणे धावत येऊन तिला एकदम ढकलून दिलं होतं. दीपाली खूप घाबरली होती. कुणी म्हणालं तो वासनांधच असेल, मुद्दामच मुलींच्या मागे मागे असतो. कुणी म्हणालं होतं, त्याला वेडाचा जोराचा झटका येत असेल त्यात तो समोर येईल त्याला मारत असणार. चहावाल्याकडे चौकशी केली तर तो म्हणाला होता की, मागून जोरात येणारी बस दीपालीला दिसली नव्हती. म्हणून यानं तिला एकदम बाजूला केलं असणार. अर्थात त्याच्यावर कोणाचा विश्वास बसला नव्हता. थोडे दिवस कॉलनीत चर्चेला एक विषय मिळाला होता. 'पोलिसांना कळवून अशा लोकांचा बंदोबस्त व्हायला हवा. अशा लोकांमुळेच चोऱ्या, दरोडे होत असतात. ही लोकं त्यांचे खबरे असतात. ते चोरांपर्यंत सर्व घरातील बातम्या पूरवत असतात. कोणाचे घर किती दिवस बंद आहे; कोणाकडे दोघेही नोकरी करतात, अशी माहिती असे लोकच गोळा करत असतात.' अशा प्रकारच्या चर्चा सर्व घरांमधून झाल्या होत्या. नुसत्या चर्चाच झाल्या होत्या. प्रत्यक्ष हालचाल कोणीच केली नव्हती. सतीशसुद्धा

या चर्चांमध्ये सामील होता, पण वंदनाला मात्र वाटलं होतं की कशाला उगीचच टोकाला जायचं? तसा त्या माणसाचा कुणाला काही त्रास नाहीये. फिरे ना का बिचारा.

पायात येणारी साडी वर खेचून वंदनानं परत स्कूटर ओढायला सुरुवात केली. त्याच्याकडे दुर्लक्ष करायचं ठरवल्यावरही तिची नजर सारखी त्याच्याकडे जात होती. ती चालायला लागल्यावर तोही हळूहळू चालू लागला. तसा तो रस्त्याच्या पलीकडे होता. पण तिला समांतर चालला होता. कुठंपासून तो तिच्यामागे येत होता कोण जाणे? अगतिकतेच्या भावनेतून वंदनाच्या डोळ्यांत पाणी जमू लागले. ते डोळ्याबाहेर जाऊ नये यासाठी ती आटोकाट प्रयत्न करत होती. आता सतीशचं काळजी करणं तिला पटायला लागलं. एकटीनं परतायंच तर तिनं इतका उशीर नको होता करायला, लवकर निघायला हवं होतं हे पटू लागलं. पण त्याचबरोबर तिला पार्टीतील सगळ्यांचा राग यायला लागला. त्यांनी मुळी एकटीला जाऊच कसं दिलं? आधी मारे तिला सगळ्यांनी सोबत करायचं आश्वासन दिलं होतं, पण प्रत्यक्षात निघायची वेळ झाल्यावर एकेकाने तिला टाळायला, नजर चुकवायला सुरुवात केली. पाटणकर नेमका आज आला नव्हता. सुनीलची बायको मानभावीपणाने म्हणाली होती, 'आमचं घर पार उलट्या दिशेला आहे म्हणून. नाहीतर आम्ही नक्की तुला ड्रॉप केलं असतं.' मोहनला या संधीचा खरं तर फायदा घ्यायचा होता. पण हे कळूनच की काय कोण जाणे त्याच्या बायकोने-मीनाने ९ वाजल्यापासूनच मुलांना झोप आल्याची भुणभुण सुरू केली आणि जरा वेळाने त्याला अक्षरश: ओढत घरी घेऊन गेली. बाकीच्या बायकांनी नजरेनेच आपापले नकार आपापल्या नवऱ्यांपर्यंत पोचवले होते. विजयला तेवढी मनापासून वंदनाची काळजी वाटत होती. त्याला तिला सोबत येण्याची इच्छाही होती, पण आपल्या कजाग आणि कांगावखोर बायकोच्या मोठ्या झालेल्या डोळ्यांकडे पाहून तो चुळबुळत गप्प बसला. आता हे आठवून वंदनाच्या मनात तिरस्कार दाटून आला. असले कसले हे जवळचे मित्र? आपली स्वत:ची यांच्याशी ओळख होऊन वीस वर्षे होऊन गेली होती. त्यांना आपल्याबद्दल एवढीही आपुलकी नाही? आता सतीशची बायको एवढेच आपले संबंध नाहीत, तर आपलेही त्यांच्याशी

मैत्रीचे नाते जुळले आहे. एरवी गप्पा मारायला, चेष्टा-मस्करी करायला सगळे तयार, पण वेळेला माझ्या सुरक्षिततेपेक्षा यांना बायकोचा मूड महत्त्वाचा वाटतो? ही व्यवस्थित घरी पोचेल की नाही, हा विचार कोणाच्याच मनात आला नाही?

मघाशी पाच मिनिटांचा वाटणारा हा रस्ता आता वंदनाला मैलोगणिक मोठा वाटायला लागला. तिनं स्वत:च्या नकळत उजवीकडे पाहिलं तर तोही तिच्याबरोबर चालला होता. तिच्या चालण्याच्या वेगाशी आपला वेग जुळवून घेत होता. त्याच्याकडे दुर्लक्ष करण्याचा वंदनांनं पुन्हा एकदा प्रयत्न केला. या पुढच्या चौकात उजवीकडे वळायचं. एक छोटीशी गल्ली पास केली की, आलीच कॉलनी, पण या मेनरोडला भरपूर दिवे असल्यामुळे खूपच उजेड तरी आहे. आतले गल्लीतले दिवे तर बहुतेक वेळेला गेलेलेच असतात. म्हणजे गल्लीत कदाचित किंवा नक्कीच अंधार असणार. या विचारासरशी वंदनाच्या पोटात एकदम गोळाच आला. पायातील शक्ती संपल्यासारखं वाटायला लागलं. तिनं परत उजवीकडे पाहिलं, तो होताच. तिच्याबरोबर चालत होता.

वंदनाला काही सुचेच ना. डोकं एकदम बधिर झाल्यासारखं झालं. सगळ्या संवेदना गोठल्यासारख्या झाल्या. विचार सैरभैर धावू लागले. चौकात न वळून कसं चालेल? जायला तर हवंच. दुसरा रस्ताच नाही, पण आत गल्लीत गेल्यावर त्यानं आपल्याला काही केलं तर? गल्लीच्या सुरुवातीला नेमकं मोठं ग्राऊंड होतं. त्यामुळे तो भाग अगदीच निर्जन असणार. म्हणजे ती ओरडली तरी कोणालाही ऐकू जाणार नाही. त्यावेळेस सतीशचं म्हणणं उचलून धरून पोलिसात तक्रार द्यायला हवी होती. म्हणजे एव्हाना या वेड्याचा बंदोबस्त झालाही असता. वेडा? हा नक्की वेडा आहे, की पिसाट वासनांध? काय करेल तो आपल्याला? पर्स, गळ्यातलं खेचून घेऊन पळून जाईल? की येऊन एकदम पाठीत धबका घालील? की अजून काही... 'छे, छे, तो असलं काही नाही करणार.' वंदना भान विसरून मोठ्यांदा म्हणाली. तिच्या सर्वांगातून घामाच्या धारा वाहू लागल्या. ती चौकातच थबकली. ती थांबल्यावर तोही थांबला आणि वळून तिच्याकडे पाहू लागला. चौकातल्या मोठ्या दिव्यांचा प्रकाश त्याच्यावर पडल्यामुळे तो तिला व्यवस्थित दिसत होता. उंच, काटकुळा, धुळीने

भरलेले चुरगळलेले कपडे, हातात एक कसलं तरी बोचकं होतं. केस, दाढी वाढलेली, त्याच्या जटा झालेल्या. दिव्याच्या उजेडात त्याचे डोळेही तिला व्यवस्थित दिसले. त्यांची नजरानजर झाली आणि...

आणि त्या नजरेत तिला विश्‍वास दिसला. हो, नक्कीच विश्‍वास होता तो. वेड, लबाडी, वासना यांपैकी काहीही तिथं नव्हतं. होतं ते फक्त सोबतीचं आश्‍वासन. एक निखळ, निरपेक्ष-निर्भय सोबत. तो तिला नजरेतून दिलासा देत होता. जणू तो सांगत होता, 'अगं, घाबरतेस कशाला? चल, मी आहे ना?'

वंदनाच्या मनावरचं सगळं ओझं निघून गेलं. ती निभर्यपणे झपाझप पावलं टाकू लागली. आता स्कूटरचं वजनही जाणवेनासं झालं. तिला एकदम खुदकन हसूच आलं. 'इश्श्य, एवढीशी तर गल्ली ही. आलंच की कॉलनीचं गेट.' आत शिरल्यावर दुसरंच घर आपलं. गेटमधून आत शिरल्यावर वंदनाने मागे वळून बघितले तर तो गेटमधून उलटा वळून परत मेनरोडच्या दिशेने चालायलाही लागला होता. आपल्याच नादात. स्कूटर स्डँडवर लावून घराच्या लॅचला किल्ली लावताना वंदनाच्या मनात अनेक प्रश्‍न पिंगा घालत होते. आप्त, स्वकीय या शब्दांच्या नक्की व्याख्या काय? उच्चशिक्षण, अद्ययावत फ्लॅट, गाडी या निकषांवरच सभ्यपणा आणि सुसंस्कृतपणा ठरवता येतो का?

❐❐

९.
स्त्री जाती प्रति खटता

रोहिणीने फोन ठेवला आणि बधिरपणे बसून राहिली. फोन गुरुजींचा होता. त्यांनी चार तारखा दिल्या होत्या, ज्या वैभवी आणि सिद्धार्थच्या पत्रिकेनुसार त्यांना उत्तम लाभत होत्या. गुरुजींच्या म्हणण्यानुसार त्यातल्या कुठल्याही मुहूर्तावर जर ते विवाहबद्ध झाले तर त्यांचे वैवाहिक आयुष्य अत्यंत आनंदाचे आणि भरभराटीचे असणार आहे. आता खरं तर, असं बसून चालणार नव्हतं. प्रचंड कामांना सुरुवात होणार होती. या विचारांनी हतबल होऊन रोहिणी बसून होती. 'हा कामांचा गोवर्धन आपण कसा उचलणार?' या प्रश्नासरशी तिला तिच्या कृष्णसख्याची म्हणजेच सुरेशची, तिच्या नवऱ्याची, आठवण झाली आणि तिने फोन उचलला.

तशी रोहिणी ही चारचौघींसारखी उच्च मध्यमवर्गातली सुशिक्षित, सुसंस्कृत गृहिणी होती. तिचा संसाररथ इतर चारजणींसारखा आयुष्याच्या मार्गावर दौडत होता. ग्रॅज्युएट झाल्यावर कुठल्याशा मावशीने सुरेशचे स्थळ आणले. फारसे खटके-खकाणे न उडता लग्न झाले. चार-पाच वर्षांत तिचे व सासरच्या मंडळींचे कोपरे- कंगोरे घासून गुळगुळीत झाले, चाकं एकमेकांत फिट बसली आणि संसार बऱ्यापैकी सुरळीत चालू झाला. योग्य अंतरावर वैभवी आणि धाकटा मनीष या प्रवाशांची त्यात भर पडली. धाकट्या नणंदेचं लग्न होऊन ती सासरी गेली. वयोमानाने सासरे एका छोट्याशा आजाराचं निमित्त होऊन मधल्या स्टेशनला उतरून गेले. आता रोहिणी, सुरेश, वैभवी, मनीष आणि सासूबाई असं छान पंचकोनी सुखी कुटुंब या रथात आरूढ असून रोहिणी तिच्या वकूबानुसार हा रथ हाकीत होती. रस्ता पुण्यातील पावसाळ्यातील रस्त्याइतका खड्ड्यांनी

भरलेला नसला तरी अगदी एक्सप्रेस हायवेही नव्हता. नित्यनेमाने येणारे खाचखळगे चुकवता चुकवता रोहिणी मेटाकुटीला येत होती. तिच्या संसारातील सर्व भिडू नवीन खड्डा किंवा उंचवटा, ढिगारा निर्माण करण्यात आपापल्यापरीने पूर्णपणे वाकबगार होती. कोण, कधी, कुठला प्रश्न निर्माण करून वादळ आणेल हा धाक रोहिणीला कायम असे. या सगळ्यात सुरेशची भूमिका ही कृष्णाची असे. म्हणजे अर्थातच रोहिणीने अर्जुनाप्रमाणे त्याचे सारथ्य मागून घेतल्यामुळे त्याची सर्व कुमक इतर मित्रमंडळी, नातेवाईक, कलीग इ. इ. कौरवांना मिळाली. हा कृष्णसखा रोहिणीच्या वाट्याला आला, जो वेळोवेळी तिला चक्रव्यूहात आत फक्त घेऊन जात असे. लढण्याचे काम अर्थातच रोहिणीचे असे. कारण 'न धरी शस्त्र करी मी । गोष्टी सांगेन युक्तीच्या चार ।' हे त्याचे ब्रीद होते. या सर्व युक्तीच्या गोष्टी सांगून सांगून 'गीता' त्याच्या नावावर जमा होती आणि ऐनवेळेला शस्त्र टाकून गर्भगळित होण्याचे क्रेडिट रोहिणीच्या अकाऊंटला जमा होते. याची खंत करणे तिने कधीच सोडून दिले होते. थोडक्यात, आता रोहिणी संसारात पूर्ण मुरली होती. वैभवीने, त्यांच्या मुलीने स्वतःचं लग्न ठरवले होते. सिद्धार्थमध्ये नाही म्हणण्यासारखे काही नव्हतेच (असते, तरी आपल्या नकाराला कितपत किंमत असणार होती हा प्रश्न अलाहिदा.) त्यामुळे त्या बाजूने फारसा काही ताप नव्हता. रोहिणीला खरा प्रश्न (नेहमीप्रमाणे) होता की तिचा कृष्णसखा तिला कुठे धोबीपछाड घालणार नाही ना? या बाबतीतले सुरेशचे एक्सपर्टाईज तिला माहीत होते.

रोहिणीच्या लग्नानंतर साधारण वर्षभरात तिच्या सासरचे सर्वजण नगरला सुरेशच्या काकांकडे गेले होते. नगरच्या दोन काकांची कुटुंबे, नाशिकच्या आत्यांकडची अशी सगळी मिळून सासरची साधारण ३५ ते ४० माणसं जमली होती. आपल्याकडून कुठे काही उणे राहू नये या प्रयत्नात रोहिणी पार बावरून गेली होती. सुरेश त्याच्या नेहमीच्या पद्धतीप्रमाणे तिला त्या लोकांच्यात सोडून चुलत भावंडाबरोबर गावभर भटकत होता. घरात महिलावर्ग दिवसभर अखंड चावचाव चावचाव बोलत असायचा. 'कुठल्याशा त्या यमीच्या लग्नात अण्णा कसे एकदम काकूंना बोलले, मग माई कशा तात्यांची बाजू सांगायला लागल्या. त्यावर ताई मावशीचे कसे चुकले. पण मुळात अप्पांना दादांशी वाद

घालायचे कारणच काय होते?' वगैरे वगैरे गप्पा रोहिणीच्या डोक्यावरून जात; कारण एकतर यांची फॅमिली खूप मोठी. त्यात एका काकूला मामी म्हणायचे तर दुसऱ्या आत्याला, मावशी. त्यामुळे 'यातल्या काकू म्हणजे नक्की कुठल्या काकू? मावशी म्हणतायत त्या खऱ्या मावशी की आत्या?' अशी कोडी सोडवण्यात रोहिणीचा मेंदू शिणून जायचा. एका रात्री मंडळी जेवायला बसली होती. रोहिणी वाढत होती. वांग्याची भाजी बघितल्यावर तिने मनोमन डोक्याला हातच लावला. कारण सुरेशला वांगं अजिबात आवडत नव्हतं. घरी जेव्हा वांग्याची भाजी असते तेव्हा त्याच्याकरता वेगळी भाजी करायला लागायची. आज आता हा काय करणार? पण जेवताना सुरेशने जेव्हा तिसऱ्यांदा भाजी मागितली तेव्हा चेहऱ्यावरचे प्रश्नचिन्ह रोहिणी लपवू शकली नाही. तेव्हा साधारण पाच-सहा सासवा... तितक्याच जावा आणि ३/४ नणंदांसमोर त्याने विचारले, "अशी प्रश्नार्थक नजरेने काय बघतेस? अशी छान भाजी तू घरी केलीस तर मी वांगंसुद्धा खाईन!" पुढचे चार दिवस 'वांग्याला किनई खोबरं, जिरं चांगलं वाटून घालावं म्हणजे चव येते.' असे अनेक सल्ले रोहिणी निमूट ऐकत होती. त्यातल्या प्रत्येक प्रकाराने करूनसुद्धा त्यानंतर सुरेशने एकदाही वांग्याची भाजी चाखली नव्हती. वर, 'मी बघूनच सांगतो की तुला ती तशी भाजी जमलेली नाहीये.' हे ऐकवलंही होते.

वर्षामागून वर्षे जात होती. योग्य वेळेला दिवस जाऊन रोहिणीच्या संसारात मनीष आणि वैभवीची भर पडली. रोहिणीही आता संसारात स्थिरावली. तिला सुरेशच्या स्वभावाचा अंदाज यायला लागला होता. म्हणजे कुठल्या वेळेला आपण काय stand घ्यायचा म्हणजे आत्ताचे युद्ध टळेल हे तिला कळू लागले. म्हणजे समजा, एखाद्या दिवशी मुलांना बाहेर हॉटेलातच जेवायचं असेल आणि नेमकी त्याच वेळेला याला "घरीच गरम गरम कढी खिचडी खाऊयात." असा मूड असायचा. मग रोहिणीलाच उसनं अवसान आणून "मलाही काहीतरी छान पदार्थ करावासा वाटतोय. मी तुम्हाला मस्त शिरा आणि कांदा-भजी करून देऊ का? मग रात्री उशिरा आपण इवली इवलीशी खिचडी कढीबरोबर खाऊ." असा प्रस्ताव मांडावा लागे. हे सगळं करून ओटा आवरून जरा स्वस्थ बसावं तर "आई, तू किती बोअर आहेस गं? आम्ही चांगले हॉटेलात जायचं

म्हणत होतो तर तू उगीचच मोडता घातलास.'' हे मुलांकडून गुपचूपपणे ऐकून घ्यावं लागायचं. (मुलं जसजशी मोठी होऊ लागली तशी हे समर प्रसंग वाढू लागले.) त्यावरची 'अरे, त्याला मुळात अंगात उत्साह असावा लागतो.' ही सासूबाईंची झणझणीत फोडणी मात्र रोहिणीला झोंबत असे; तिने सुरेशकडे मदतीच्या अपेक्षेने बघितले तर तो शांतपणे टीव्हीवरचा कुठलासा नवरा आपल्या सदा नटूनथटून तयार होऊन बसलेल्या बायकोला तिच्या वाढदिवसाला 'हीरो का हार' आणून कसा चकित करतोय ते तटस्थपणे पाहत असायचा. एकदा एका पार्टीत एका मध्यम ओळखीच्या माणसाने सहज गप्पात रोहिणीला विचारले, 'असा जर तुझ्या नवऱ्याने Surprise म्हणून तुला हिऱ्यांचा हार आणला तर तुझी प्रतिक्रिया काय असेल?' खूप प्रयत्न करूनही रोहिणीला ही शक्यता मनापुढे आणताच येईना. कारण आत्तापर्यंत सुरेशने Surprise म्हणून फार तर क्रीमची बिस्किटे आणलेली असतात. (ती सुद्धा त्याच्या आवडीच्या फ्लेवरची!)

इतर सर्व कामांप्रमाणेच 'खरेदी' हेही काम रोहिणीच्याच गळ्यात आले होते. सुरुवातीच्या काळात एकदाच तिने त्याला ओढून साडीच्या खरेदीला नेले होते. दुकानदाराने दाखवलेल्या पहिल्याच साडीपासून सुरेशने 'ही छान आहे की! घेऊन टाक. आता अजून कशाला त्यांना काढायला लावतेस?' असा आग्रह सुरू केला. दुकानदारालाच तिची दया आली. म्हणाला, 'असं नाही साहेब, बाईंना थोडी व्हरायटी बघून घेऊ द्यात.' रोहिणीला अर्थातच त्या तिसऱ्या बाईला तो चौथा सेल्समन ज्या साड्या दाखवत होता त्या जास्त आवडत होत्या. जरा वेळान सुरेशकडून काही मतं का येत नाहीत? म्हणून रोहिणीने त्याच्याकडे बघितले तर तो मागच्या आरशाला टेकून गाढ झोपून गेला होता. ओशाळून जाऊन तिने त्याला ढोसलं. तशी तो म्हणाला, ''काय मस्त वाटतंय गं या A. C. मधे. मी या गादीवर जरा आडवा होऊ का? तू सावकाशपणे साड्या बघ.'' समोरच्या आरशात दिसणारा आपला पडलेला चेहरा रोहिणीला बघवेना. तेव्हापासून तिने त्याला कधी खरेदीला नेण्याचे धाडस केले नाही. 'घरातले सर्व अधिकार मी रोहिणीच्या स्वाधीन केले आहेत. प्रत्येक गोष्ट ती तिच्या आवडीप्रमाणे आणत असते.' अशी वाक्यं जेव्हा तिच्या माहेरच्यांसमोर उदधृत होत असतात तेव्हा कान आणि मन बंद करून घ्यायचं तंत्र

रोहिणीला जमलंय.

सचिन तेंडुलकरचं रोहिणीला फारसं कौतुक नाहीये. म्हणजे पर्सनली तिचं त्याच्याशी काहीच भांडण किंवा वैर नाही. पण त्यात काय एवढं? कारण रोहिणीच्या मते तीसुद्धा अखंड घरच्या पीचवर सचिनइतक्याच कौशल्याने बॅटींग करत असते. कोण, कुठून, कधी बाऊंसर टाकेल याचा नेम नसतो. कॅच घ्यायला मात्र सर्व भिडू टपलेलेच असतात. या सगळ्यातून ती कौशल्याने प्रत्येक चेंडू टोलवत असते. भले फोर किंवा सिक्सर फारशा मिळत नसतील. पण चिकी रन्स तर काढाव्याच लागतात. कारण सर्व टीमची जबाबदारी तिच्या खांद्यावर असते आणि येथे हरण्याला क्षमा नसते. मुलं मोठी होत गेली तसतशी खेळाची रंगत अजूनच गहिरी होत गेली. कारण मुलांना आता मतं फुटायला लागली. त्यांच्या मते (वयाच्या पाचव्या वर्षापासूनच) ती आता चांगली मोठी झालेली आहेत आणि स्वत:चे (वेळेला इतरांचेही) निर्णय स्वत: घेऊ शकतात. इतरांनी (म्हणजे आई-बाबांनी) त्यात दखलअंदाजी करण्याचे काहीच कारण नाही. यात 'आज पोळीशी भाजी खाऊ की जॅम?' इथपासून ते 'बारावीनंतर मी कुठली साईड निवडू?' या सर्व गोष्टी येतात. त्या उलट त्यांच्या बाबांचे म्हणणे असे की 'आत्ताशी ही भुईतून वर येताहेत. (अगदी ग्रॅज्युएट झालेला मुलगासुद्धा!) यांना काय अक्कल आहे? बाहेरचं जग काय आहे हे त्यांना माहिती तरी आहे का? ते काही नाही. आपणच (म्हणजे त्याने स्वत:) डिसिजन घेऊन मुलांना योग्य मार्गदर्शन करायला हवं. आम्हाला कुणाचा असा आधार नव्हता. कुणी सांगायला नव्हतं. यांना हे सगळं सहजी आणि फुकट मिळतंय म्हणून किंमत नाही इ. इ. इ.' या सगळ्यात गंमत म्हणजे रोहिणीला दोन्ही बाजू पटतात. त्यामुळे तिचा कायम मृदुंग होत असतो. कारण मुलांना ती बाबांची बाजू पटवून द्यायला जाते आणि बाबांना मुलांची बाजू पटवत राहते. त्यामुळे मुलांच्या मते, 'तू बाबांच्याच साईडची आहेस. तू आम्हाला कधी समजूनच नाही घेणार!' आणि बाबांच्या मते 'तू कायम मुलांच्याच बाजूने बोलणार. तुला त्यांचंच बरोबर वाटणार? मी कोण तुझा?' अशा दोन्ही बाजूंनी थपडा खाऊन खाऊन रोहिणीने कातडी कमावली आहे.

तसा रोहिणीला सुरेशचा पूर्ण पाठिंबा असतो. भावनिक वगैरे जो

काय म्हणतात तसा आधारही असतो. म्हणजे जसं, मुलं जेव्हा बऱ्यापैकी मोठी झाली. म्हणजे खाणंपिणं वेळच्यावेळी समोर ठेवलं की आई हवीच अशी अट नाही किंवा खरं तर 'आई घरी नसली तर बरं!' अशी वेळ आली तेव्हा हळूहळू रोहिणीला दिवस किती मोठा असतो हे लक्षात यायला लागले. नुसती कपाटं आवरणे, जळमटं साफ करणे, पसारा आवरणे या गोष्टीत मन रमेनासं झालं तेव्हा 'मी पण काही तरी करून बघते' असा विचार रोहिणीने मांडला. सुरेशने अगदी आनंदाने त्याला अनुमोदन दिले व 'काय काय करू शकशील? याची एक यादी तयार कर' असा सल्लाही दिला. उत्साहाने रोहिणीने तिच्या ४/५ मैत्रिणींबरोबर करता येण्याजोगे काही संभाव्य छोटे व्यवसायांचे पर्याय सांगितले. त्यांची माहिती गोळा करून आणली. त्यानिमित्त दहा जणांना भेटली. त्यांना तिची कल्पना सांगून त्यांच्याकडून माहिती आणि वर मदतीची आश्वासनंही घेऊन आली. खूप माहिती गोळा करून आणल्यावर तिने उत्साहाने सुरेशला त्याचा आढावा दिला आणि विचारले 'मग यातला कुठला व्यवसाय करू?' पण त्याला बाहेरच्या जगाची तिच्यापेक्षा जास्त माहिती असल्यामुळे प्रत्येकातील अडचणी लक्षात आल्या आणि त्या पार करणे तिला कसे जमणार नाही, हे त्याने रसभरित वर्णन करून सांगितले. वर 'थांब, मीच तुला काहीतरी मस्त काम देतो' अशी समजूतही काढली. काही दिवस त्या शब्दांवर विसंबून राहून रोहिणी वाट पाहत राहिली. मधेच कधीतरी शेजारची मुलगी एकदा विचारायला आली, 'काकू, तुम्ही शाळा-कॉलेजता गणितात स्कॉलर होतात ना? मग मला थोडी गणितं सोडवायला मदत करा नां!' तिला मदत करताना तिच्या दोघी तिघी मैत्रिणी पण यायला लागल्या. असं करता करता गणिताच्या क्लासेसच्या दुपारच्या तीन बॅचेस कधी झाल्या, ते कळलंच नाही. रोहिणी आता त्या मुलांच्यात आणि गणितात छान रमून गेलीय. सुरेशला या गोष्टीचा खूप आनंदच आहे. 'बरं झालं, तुला तुझा उद्योग मिळाला. आता माझ्यामागची तुझी भुणभुण थांबेल!' अशी शाबासकी तो वेळोवेळी देतच असतो. फक्त त्याची आणि तिच्या विद्यार्थ्यांची वेळ clash होऊ न देण्याची कसरत तिला करावी लागते. कारण तो घरी असला की "T. V. हळू करा. थोडं हळू बोला. जरा आत जाऊन बसा" असली बंधने त्याला नको असतात.

त्यातून हल्ली तर एक निराळाच Problem व्हायला लागलाय. त्यांच्या एरियात हळूहळू रोहिणीचा नावलौकिक व्हायला लागलाय. 'गणित सोप्पं करून सांगणारी काकू' असं विशेषण तिला लाभलंय त्यामुळे 'रोहिणीचे मिस्टर' अशी आता सुरेशची ओळख व्हायला लागली आहे. या वाक्यानंतर सुरेशच्या कपाळावर पडणारी आठी आणि चेहऱ्यावरची नाराजी (त्याच्या खोट्या हसण्यातूनही) रोहिणीला कळते. 'काय मास्तरीण काकू!' या चेष्टेतली असूयेची धार फक्त तिलाच जाणवते. पण हे काही आपल्याला जाणवलंच नाही आणि तो आपलं कौतुकच करतो आहे असं दाखवण्याइतकी रोहिणी जाणकार आहे.

रोहिणीकडे आता वैभवीच्या लग्नाची धांदल सुरू झाली. कामांना आणि धावपळीला रोहिणी कधीच डरली नाही. ती धमक तिच्यात भरपूर आहे. तिच्या मनमिळाऊ (खरं तर पडखाऊ) स्वभावामुळे तिने माणसेही जोडलेली आहेत. त्यामुळे त्या बाबतीत ती तशी निश्चिंत आहे. तिला खरं टेन्शन आहे ते सुरेशचं! तो कधी कसा रिऑक्ट होईल हे तिला गेल्या २७ वर्षांत कधीच सांगता आलं नाही. एकवेळ पाऊससुद्धा हवामान खात्याच्या अंदाजाप्रमाणे पडेल. पण या बाबाजीपुढे सर्व फोल आहे. त्यादिवशी लग्नाचं एकूण ढोबळ बजेट मांडणं चालू होतं. घरातील सर्व मेंबर्स चक्क जातीने हजर होते. (हल्ली हेही एक अप्रूपच होतं!) एकेका गोष्टीचा अंदाजे खर्च मांडण्यात येत होता. आयुष्यभर पैशाची उधळपट्टी करणाऱ्या तिच्या या सहचराला आज अचानक साधी राहणी, काटकसर ही उच्चविचारसरणी पटायला लागली. वैभवीने सुचवलेला प्रत्येक खर्च त्याला अनाठायी वाटू लागला. मनीषच्या सर्व सूचना त्याने (नेहमीप्रमाणे) मूर्खात काढल्या. निमंत्रितांची यादी त्याने अत्यंत खुबीने निम्म्यावर आणून दाखवली. देणंघेणं, मानपान या गोष्टी तर त्याने मोडीतच काढल्या. याबरोबर 'तुम्ही काय घालायचा तो गोंधळ घाला. माझा काय संबंध?' असं म्हणून मनीष धाडकन दार आपटून मित्राकडे निघून गेला. 'यापेक्षा मी घरातून पळून जाते आणि पिक्चरमध्ये दाखवतात तसं आम्ही देवळात जाऊन लग्न करतो.' असं म्हणून वैभवीने आतल्या खोलीत जाऊन पलंगावर लोटून दिले. 'माझं काही म्हणणं नाही. आता माझी अशी कितीशी माणसं उरलीत? माझ्या माहेरची काय ७०/८० लोकं उरलीयेत

तेवढी बोलवा म्हणजे झालं.' असं म्हणून सासूबाई 'बेटीया, अपनी? या पराया धन?' बघायला T. V. देवासमोर बसल्या. 'इतक्या साध्या सूचनांमध्ये इतकं चिडण्यासारखं काय आहे? हे न कळलेला कुटुंबप्रमुख आणि या मीटिंगची काय मिनिटस् लिहावीत?' या संभ्रमात पडलेली रोहिणी हे या मीटिंगचं फलित होते.

गेल्या २७ वर्षांचा आपला अनुभव खर्ची घालून कमावलेले कसब वापरून रोहिणी आता हे शिवधनुष्य पेलत होती. वेळेला मुलांना दटावून कधी प्रेमाने, मायेने समजावून सांगत होती. कधी सुरेशला प्रत्येक गोष्ट करणे का आवश्यक आहे हे पटवून देत होती. सासूबाईंच्या प्रत्येक सूचनेला (राग गिळत) नम्र होकार भरत होती. अचानक कधी त्यांना उत्साहाचे भरते येऊन 'मोठाली पातेली स्वत: राखेने घासून चकचकीत करून दाखवते!' अशी प्रतिज्ञा करीत, तेव्हा तितक्याच नम्रपणे ती त्यांना त्यांच्या वयाची व तब्येतीची जाणीव करून देत होती. दोघी तिघी मैत्रिणींच्या मदतीने रोहिणीने खरेदीचा मोठा कार्यक्रम पार पाडला. 'ती सहाण आणलीस का? अगं, तो दिवा द्यायचा असतो. कारल्याचा वेल आणि चांदीच्या लवंगा विसरू नकोस.' अशा येणाऱ्या जाणाऱ्याच्या प्रत्येक सूचनेबरोबर एक एक खरेदी वाढत होती. केटरर्स, फुलवाले, गुरुजी असे रोज कुणी कुणी भेटून ठरवाठरवी चालूच होती. खर्चाचे रोजचे अंदाज वेगवेगळे येत होते. आपण मनात धरलेला आकडा आणि प्रत्यक्ष आकडा यात कुठेच ताळमेळ बसत नव्हता. पण तो विचार करण्याइतका वेळही आता मिळत नव्हता. एक दिवस रात्री जेवताना वैभवी आणि मनीषची सारखी काहीतरी खुणवाखुणवी चालू होती. 'तू सांग, तू सांग' असं करत मनीषनी प्रस्ताव मांडला. 'आई, बाबा, या लग्नाच्या खर्चात आम्ही दोघंही आमचं कॉंट्रिब्यूशन घालायचं म्हणतोय. आम्ही कमावते आहोत. आमची Savings आहेत. ती आम्ही देऊ.' एक मिनिट शांतता पसरली. अचानक सुरेश जेवण टाकून निघून गेला. रात्री झोपताना रोहिणीने हा विषय काढताच सुरेशचा स्फोट झाला. 'तुला किती पैसे हवेत ते मला सांग. आताच्या आत्ता सगळे देऊन टाकतो. तुला मुलांकडे पैसे मागायची काय जरुरी होती? मी तुला कधी काही कमी केलं का? मला त्यांच्या पैशांची गरज नाही. मी पैसे कमवायला समर्थ आहे. आधीच

त्यांना फार शिंगं फुटलीयेत. त्यांना वाटतंय हे कमावताहेत म्हणजे त्यांचे हात आभाळाला टेकलेत.' वगैरे, वगैरे, वगैरे... पुढे सवयीने रोहीणीने कान मिटून घेतले. नंतर रोहिणीने त्याला समजावण्याचा खूप प्रयत्न केला. पण मुलं, विशेषत: मनीष कमवायला लागल्यापासून सुरेशने करून घेतलेला ग्रह पुसून काढणे तिला अशक्य होते. हल्ली बापलेक समोरासमोर आले की फार तर फार तीन वाक्यं सरळ बोलू शकत. चौथ्या वाक्याला भांडणच जुंपत असे. इलेक्ट्रिकच्या उघड्या वायर्स ज्याप्रमाणे एकमेकींना टेकवल्या की ठिणग्या उडतात तसेच या दोघांचे होते. त्यामुळे ते दोघे एकमेकांसमोर जितके कमी येतील तेवढं बरं! अशी परिस्थिती होती. इतक्या वर्षांत रोहिणीच्या एक लक्षात आलं होतं, की नवऱ्यातले जे गुण बायकोला आवडत नाहीत ते बरोबर मुलाच्यात उतरतात. मग आपण जे भोगले ते निदान त्याच्या बायकोला भोगायला लागू नये या विचाराने (आणि नवऱ्यापाशी व्यक्त न करू शकणाऱ्या संतापाने) बायका ते गुण (?) मुलांमधून समूळ निपटून काढण्याचा खूप प्रयत्न करतात. पण एक वेळ अशी येते की ते सर्व प्रयत्न किती फोल गेले आहेत, हे त्यांच्या लक्षात येते. वळणाचे पाणी वळणावरच गेलेले असते आणि डिट्टो आपल्या नवऱ्यासारखाच अजून एक पुरुष आपणच वाढवला आहे, हे बघून हताश होण्यापलीकडे त्यांच्या हाती काहीही राहिलेले नसते.

अखेर ज्यासाठी इतके दिवस सर्व लढाई चालू होती तो दिवस येऊन ठेपला. रोहिणीने रोजच्याप्रमाणे डोळे उघडल्याबरोबर 'आजचा दिवस बिना भांडणाचा आणि आरडाओरडीचा जाऊ दे' अशी परमेश्वराची आळवणी केली आणि उठून कामाला भिडली. आज तिची अवस्था पावनखिंडीतील बाजी प्रभूसारखी असते. कारण प्रत्येक गोष्ट फक्त तिलाच माहीत असते. 'वन्सं, चहा किती कप टाकू?, आता अंघोळीला कोण जातंय?, या गाद्या कुठे ठेवायच्या? आई, अगं माझा परकर कुठंय? ती ब्यूटी पार्लरवाली आलीय, आम्ही कुठल्या खोलीत बसू? बॅगा बंद करायच्या का? दागिन्यांची पर्स कुठाय?' रोहिणी चौफेर लढत होती. तेवढ्यात ड्रायव्हर आला. तेव्हा गाडीच्या किल्ल्याच सापडेनात. रोहिणीकडे एक असतं, कुणीच कधीच कुठलीच वस्तू कुठेही ठेवलेली किंवा पाहिलेली नसते. प्रत्येक वस्तू आपली आपणच गायब झालेली

असते. आता निदान किल्ल्या शोधण्याचे काम तरी सुरेशने करावे, या अपेक्षेने तिने त्याला हाक मारली तर तो शांतपणे म्हणाला 'तूच शोध ना जरा. माझी सकाळची स्तोत्रं म्हणायची राहिली आहेत. तेवढी जरा म्हणून घेतोय.' रोहिणीने परत एकदा राग गिळायचा प्रयत्न केला. पण त्या तुकाराम महाराजांच्या आवडीने विठ्ठलाला इतक्या शिव्याशाप का दिले ते रोहिणीच्या लक्षातच आले. सुरेशची त्यानेच कुठेतरी नीट ठेवलेली पण आत्ता हरवलेली झब्ब्याची बटणे रोहिणीने शोधून दिल्यावर बाकी सर्व तयारी त्याने स्वत: केली. धावत पळत मंडळी त्या व्याह्यांच्या आधी हॉलवर पोचली. पुढची परिस्थिती मग कुणाच्याच हातात राहिली नाही. भटजींनी त्यांचा ताबाच घेतला. रोहिणी एक डोळा सुरेशवर ठेवून सर्व पार पाडत होती. सतत त्याची बाही खेचत त्याला सूचना करत होती. तरी नाष्टा करता करता सुरेशने व्याह्यांना 'हा केटरर कसा महागडा आहे आणि या नाष्ट्याचे कसे विनाकारण ५०रु. पर प्लेट लावले आहेत.' असे सांगून त्यांचा घास घशात अडकवला. मानपानाच्या वेळी तर व्याह्यांना द्यायचे चांदीचे ग्लास पटकन सापडावेत म्हणून तिने सुरेशच्या हातात देऊन ठेवले. रोहिणी इतर सामान घेऊन खोलीतून बाहेर आली तर तिचे पतिराज विहीणबाईंना ते ग्लास दाखवून 'काय ही आजकालची हलकी भांडी! आमच्या कडची जुनी चांदीची भांडी कशी एकेक जड जड आहेत' या विषयावर चर्चा करीत होते. रोहिणी तिथे आल्यावर विहीणीने तिच्याकडे जो कटाक्ष टाकला तेव्हा रोहिणीला ही धरणी दुभंगून आपल्याला पोटात घेईल तर बरं! असं वाटलं. मनीष तर रोहिणीला हॉलमध्ये आल्यापासून दिसलाच नव्हता. तो त्याच्या मित्रांमध्ये आणि भावंडांमध्ये बुडलेला होता. स्वत:च्या कॅमेऱ्याने तो वैभवी व सिद्धार्थ सोडून इतरांचेच फोटो काढत फिरत होता. कन्यादानाच्या वेळेला भरलेल्या डोळ्यांनी रोहिणीने सुरेशकडे पाहिले तर मनीष त्याच्या शेजारी उभा होता आणि आपल्या तरुण हातांनी बाबांना आधार देत होता. आईला नजरेने सावरीत होता. त्याच्या त्या आधारानेच दोघे सावरली. लग्न लागलं, जेवणं सुरू झाली. खरं तर सुरेशच्या मते 'आग्रह कशाला करायला हवा? सर्व जण जेवायलाच आलेत ना? जेवतील की ते पोटभर! आपण अजून वेगळं काय वाढायचं?' पण आज रोहिणीच्या आग्रहाखातर तो सर्वांना मनापासून आग्रह करत

होता. जेवणं आटपली आणि या दिवसाचा मुख्य भाग संपला.

रिसेप्शनची तयारी करताना सुरेशला शोध लागला की सूटमध्ये घालायला जो शर्ट आहे त्याचे वरचे बटणच लागत नाही. मग टाय कसा बांधणार? तसा त्याने तो शर्ट आधी ट्रायलला घातला होता पण वरचे बटण तेवढे लावून बघितले नव्हते. त्याने फर्मान काढले की, 'आत्ता तू मला या सुटाला मॅच होणारा चांगला, नवा इस्त्री केलेला असा शर्ट या कपाटातून शोधून दे.' रोहिणीने परत एकदा नवी बर्फाची लादी डोक्यावर ठेवली आणि कपाट उपसायला सुरुवात केली. रिसेप्शनला तसं करण्यासारखं काहीच नसतं. त्यामुळे रोहिणी थोडी रिलॅक्स होती. मात्र प्रत्येकाशी बोलून व हसून आता तोंड दुखायला लागलं आणि प्रत्येक ग्रुपबरोबर फोटो काढून घेण्याचाही कंटाळा यायला लागला. एक क्षण तर असा आला की आपण कुणाशी काय बोलतोय हे ही कळेना आणि 'आपण हा एवढा गोतावळा का जमा केलाय?' असा प्रश्न पडायला लागला. रात्री दहाच्या सुमारास सर्व आटपले. रात्रीची जेवणंही झाली. वैभवीच्या पाठवणीची वेळ झाली. आता मनीष पुढे झाला. सुटाबुटात अत्यंत कॉन्फिडेन्टली वावरणाऱ्या आपल्या या रुबाबदार मुलाकडे पाहताना 'घरी गेल्यावर याची दृष्ट काढायला हवी.' हा विचार वारंवार रोहिणीच्या मनात येत होता. त्याने ही पाठवणीची वेळ अत्यंत समजंसपणे निभावून नेली. त्याने वैभवीच्या सासऱ्यांना जेवतानाच जरा खासगीत घेऊन सांगितले की, 'तुम्ही सगळ्यांना निघण्याची जरा घाईच करा व झटपट गाड्यांत बसून जा. कारण हा वेळ जेवढा लांबेल तेवढं निघणं आणि आई-बाबांना स्वत:ला आवरणं अवघड जाईल.' त्यामुळे डोळ्यांतल्या गंगायमुना थोडक्यातच आटल्या. अशा रीतीने दिवस उत्तम पार पडला. मंडळी घरी आली.

घरी आल्यावर सुद्धा रोहिणीची कामं संपलीच नव्हती. कारण उरलेल्या पाहुण्यांची झोपण्याची व्यवस्था करण्यासाठी घरातला सामानाचा डोंगर हलवायचा होता. परत रोहिणीने पदर खोचला आणि आधी झाडू हातात घेतला. सुरेशने अचानक जाहीर केले, 'आमच्या खोलीत कुणाचीही सोय होणार नाही कारण मी आणि रोहिणी आत झोपणार आहोत.' यावर रोहिणी संकोचाने अर्धमेली झाली. सगळ्यांना चिडवायला ऊत आला. 'अरे, आज लग्न कुणाचं झालं? तुमचं की वैभवीचं? सुहाग रात त्यांची

आहे. तुमची नाही.' सासूबाईही पुटपुटल्या 'कठीण आहे रे बाबा तुमच्यापुढे; काय एकेक थेरं कराल. काही नेम नाही.' नकळत रोहिणीच्या डोक्यात गाणं वाजायला लागलं. 'कठीण कठीण कठीण किती. पुरुष हृदय बाई!' सगळ्यांची नीट सोय लावून रोहिणी खोलीत आली, तशी सुरेशने दार लावून घेतले, पलंगावर ऐसपैस बसला आणि रोहिणीलाही बसवले. तिचा हात हातात घेऊन म्हणाला, 'दमलीस ना खूप? हे सगळं पार पाडण्यासाठी खूप खपलीस, बघत होतो मी. तुझ्या मुळेच हा सोहळा इतका छान पार पडला.' त्याबरोबर रोहिणीचा सर्व थकवा तिच्या डोळ्यांतून वहायला लागला. कुठल्याही प्रसंगात खंबीरपणे लढणारी ती, या शब्दांनी विरघळली. सुरेश पुढे म्हणाला, 'हे जे तुझे खरखरीत हात आहेत ना, या दोन हातांनीच माझा संसार समर्थपणे पेलला आहे, मला फार अभिमान आहे या हातांचा. हे हात माझ्या पाठीशी आहेत, या विश्वासावरच मी बाहेर जगात यशस्वी होऊ शकलो. तुझ्या भरवशावर मी निश्चिंत असतो. आज आपल्या आयुष्यातील एक पर्व संपलं. परत एकदा हा हात हातात घेऊन मी पुढची वाटचाल सुरू करणार आहे. हे सगळं मला तुला सांगायचं होतं आणि आजच सांगायचं होतं म्हणून ही प्रायव्हसी मी मागून घेतली. हे सगळं माझ्या मनात होतंच पण मी ते कधी बोलून नाही दाखवलं. खरं तर चूकच झाली माझी, पण आता मी ती सुधारतोय.' रोहिणीनी त्याच्या तोंडावर हात ठेऊन त्याला थांबवला (हो!! तिला आता भीती वाटायला लागली की हा बाबाजी तिला I Love You वगैरे म्हणतो की काय?) तेवढ्यात त्याने उशीखालून फोटोंचा अल्बम काढला म्हणाला, 'हे बघ, मी मुलांचे लहानपणीच्या फोटोंचे अल्बम काढलेत. ते सगळं आत्ता रात्रभर बघत बसू.' सुरेशच्या कठीण हृदयातला नितळ शंख प्रेमाचा झरा अनुभवत असताना तो म्हणाला, 'हा वैभवीच्या बारशाचा फोटो ना गं? तू किती बावळट दिसतेय या फोटोत? काय हा तुझा अवतार? आणि हा माझा बघ काय स्मार्ट फोटो आलाय. किती मस्त दिसतोय मी!!'' --- खरं तर, रोहिणीला खूप झोप आली होती पण तिच्याही नकळत ती त्या फोटोंमध्ये रमली आणि ते दोन वेडे रात्रभर फोटो बघत गप्पा मारत राहिले.

❑❑

१०.
मैत्र

संदीप खुर्चीत बसून बाहेरचा निसर्ग न्याहाळीत होता. गौरी, त्याची पत्नी आत रूममध्ये फ्रेश होत होती. अकरा वाजता खाली लाऊंजमध्ये सगळ्यांनी भेटायचे ठरले होते. आज त्यांच्या ग्रुपचे रियुनियन होते. शाळेपासूनचा त्यांचा १० जणांचा ग्रुप आज ४० वर्षे एकमेकांशी संपर्क साधून होता. प्रत्यक्ष भेटी फारशा घडत नसल्या तरी या कॉम्प्युटरच्या जमान्यात एकमेकांच्या संपर्कात राहणे सहज शक्य होत होते. एकमेकांचे अपडेट्स मिळत होते. त्यातूनच ही 'दोन दिवस एकत्र घालवण्याची' कल्पना साकारली होती. शहराच्या गजबजाटापासून दूर, निसर्गाच्या सान्निध्यातले हे हॉटेल ठरले होते. अक्षयने सगळा खटाटोप करून हा दोन दिवसांचा प्लॅन केला होता. आता अकरा वाजता खाली सर्वजण भेटतील. मग उद्या संध्याकाळपर्यंत स्वत:ला त्यांच्या ताब्यात देऊन टाकायचे आणि फक्त एन्जॉय करायचे. खरं तर संदीप इथे येण्यास फारसा उत्सुक नव्हता. त्याची एक अत्यंत महत्त्वाची मीटिंग आज होती. एक नवा मोठा कस्टमर कंपनीसाठी मिळवण्याची धडपड गेले काही महिने चालू होती. त्यातलीच एक मीटिंग होती. या कस्टमरला जर गटवता आला तर संदीपला त्याचा प्रत्यक्ष व अप्रत्यक्ष खूप फायदा मिळणार होता. कंपनीतली त्याची पोझिशन अजून उंचावणार होती आणि अर्थातच पगाराचा आकडाही! म्हणजे रिटायर होताना चांगली घसघशीत रक्कम पदरात पडणार होती. आता हळूहळू रिटायरमेंटचे वेध आणि ती गणितं डोक्यात फिरू लागली होती. कारण आत्ताच्या स्टेटसने राहायचे म्हणजे भरभक्कम रक्कम हातात पाहिजेच!

संदीप जहागीरदार! एक यशस्वी माणूस! उत्तम मार्कांनी मिळवलेल्या इंजिनिअरींग आणि MBA च्या पदव्या! वाढत्या वयाबरोबर आणि अनुभवाबरोबर मोठमोठ्या कंपनीतून येणाऱ्या उच्चपदस्थ नोकऱ्या!! त्याबरोबर पगाराच्या आकड्यांवर वाढत जाणारी शून्ये!! सुंदर, सुशील पत्नी, वयानुसार व्यवस्थित मार्गी लागलेली शैलेश आणि विद्या ही दोघं मुलं! असा सुनियोजित चढता आलेख असलेलं अत्यंत रेखीव आयुष्य!! या सर्व सुखाची एक दाट साय त्यांच्या आयुष्यावर पसरलेली होती. खरं तर या दोन दिवसांच्या कार्यक्रमात संदीपला फारसा रस नव्हता. काय कारणाने अक्षयला नकार कळवावा असा विचार करत असताना त्याच्या एका मेलमधून श्रीधर व मृणालही येणार असल्याचे कळले. तशी मग संदीपने आपल्या सर्व मीटिंग्ज रिशफल केल्या आणि हे दोन दिवस रिकामे काढले. गेल्या २०/२५ वर्षांत श्रीधर व मृणालशी काहीच संपर्क नव्हता. त्यांना भेटण्याची इच्छा संदीपला इथे खेचून घेऊन आली होती.

संदीप, श्रीधर व मृणाल हे एकेकाळी इनसेपरेबल त्रिकूट होते. शाळेपासून त्यांची जी गट्टी जमली होती, ती बारावीनंतर तिघांच्या वाटा जरी बदलल्या तरी त्यात खंड पडला नव्हता. बारावीनंतर संदीप इंजिनिअरींगला गेला, श्रीधर मेडीकलकडे वळला आणि मृणालने BSC चा मार्ग पत्करला. तिघांच्या घरातही त्यांची मैत्री हा कौतुकाचा विषय होता. मोठ्या माणसांचा तिघांवर विश्वास होता. संदीप व मृणाल मध्यमवर्गीय कुटुंबातले होते. पण श्रीधर मात्र श्रीमंत कुटुंबातला होता. पिढीजात मोठा बंगला, गाड्या, नोकर-चाकर असा त्याचा थाट होता. पण त्याच्या वागण्यात मात्र याचा कुठे लवलेशही नसे. अत्यंत साधा होता आणि म्हणूनच तिघांची मैत्री दीर्घकाळ टिकली होती. मनातली प्रत्येक गोष्ट एकमेकांना सांगितल्याशिवाय त्यांना चैन पडत नसे. पण विशीचा उंबरठा ओलांडला तशी संदीपच्या मनात मृणालविषयी काही वेगळ्याच मृदू भावना प्रवेश करू लागल्या. इंजिनिअरींगची पदवी हातात पडली की त्या आपण मृणालपाशी व्यक्त करू असे त्याने ठरवलेही होते. एका सुट्टीत मृणाल तिच्या मामांकडे कोकणात गेली असताना एक दिवस श्रीधर व संदीप दोघेच फिरायला गेले होते. अचानक श्रीधरने संदीपवर बॉम्ब टाकला. मृणालविषयीचे त्याचे प्रेम

त्याने संदीपपाशी व्यक्त केले आणि डॉक्टरकीची पदवी मिळाली की तिला मागणी घालण्याचे मनोरथही बोलून दाखवले. संदीपला काही सुचेचना! तो गप्प बसून श्रीधरचे मनोरथ ऐकत राहिला. पण मनोमन संदीप खूप अस्वस्थ झाला. पुढचे चार दिवस विचार करून संदीपचे डोके फुटायची वेळ आली. आपली प्रत्येक अडचण, अस्वस्थता एकमेकांपाशी बोलायची आज पर्यंतची तिघांची सवय! पण हा प्रॉब्लेम मात्र संदीप त्याच्याशी शेअर करू शकत नव्हता. मृणाल तर सध्या इथे नव्हतीच, पण श्रीधरपाशीसुद्धा याबद्दल तो काही बोलू शकत नव्हता. पण पाचव्या दिवशी मात्र श्रीधरनेच संदीपला याबाबत छेडले. विचारले, की कुठल्या गोष्टीमुळे संदीप इतका अस्वस्थ आहे? संदीप व श्रीधरची मैत्री इतकी घट्ट होती की संदीप श्रीधरपासून काही लपवून ठेऊ शकला नाही. त्याने मोकळेपणाने आपल्या मृणालबद्दलच्या भावना श्रीधरला सांगितल्या.

लाऊंजमध्ये इतर १०/१२ जण हजर होते. एकमेकांच्या पाठीवर थापा मारणे, मिठ्या, आरडाओरडा यांनी लाऊंज दणाणून गेला. अक्षयने सारी व्यवस्था खरंच सुंदर केली होती. गेला महिनाभर तो त्यासाठी खपला होता. एकंदर १६ जण येणार होते. त्यातले १४ जण हजर होते. आता श्रीधर आणि मृणाल फक्त यायचे बाकी होते. श्रीधर काही कामासाठी मुंबईला गेला होता तो दुपारपर्यंत येणार होता आणि मृणाल आत्ता बसने येणार होती. सर्वजण एकमेकांची ख्यालीखुशाली विचारण्यात दंग होते. संदीप मात्र आता मृणालला भेटायला अधीर झाला होता. तिला आपल्या आयुष्यातल्या अचिव्हमेंटस सांगायच्या होत्या. कधी नव्हे ते त्याने गौरीच्या बॅगा भरण्यातही इंटरेस्ट घेतला होता. गौरीच्या साड्या, ड्रेसेस हे भारीतले आहेत की नाहीत? कानात, गळ्यात, हातात हिऱ्यांचे दागिने घातलेत की नाही हे सर्व त्याने जातीने तपासले होते. त्याच्या या वागण्याने गौरी चकितच झाली होती. पण काहीतरी कारण सांगून त्याने विषय बदलला होता. लग्नानंतर श्रीधर व मृणाल अमेरिकेला गेले. त्यानंतर १० वर्षांनी ते इथे परत आले इतकीच माहिती सध्या संदीपकडे होती. संदीपही मग स्वत:ची करीअर व संसार यात बुडून गेला होता. आता सगळ्यांशी गप्पा मारताना त्याच्या लक्षात आले की या जमलेल्या

मंडळींमध्ये आपणच वरची उडी मारलेली आहे. आयुष्याची बाजी आपण बऱ्यापैकी जिंकलेलो आहोत. इतरांपेक्षा बरेच वरचे स्टेटस आपण गाठलेले आहे. गौरीच्या राहणीतून आपली सांपत्तिक स्थिती सगळ्यांना व्यवस्थित कळते आहे, या विचारासरशी संदीप सुखावला. तेवढ्यात दारातून त्याच्या नावाचा जोरदार पुकारा झाला. सर्वांच्या नजरा दारावर खिळल्या, दारात मृणाल एक छोटी बॅग घेऊन उभी होती.

श्रीधरची आणि संदीपची इतक्या वर्षांची मैत्री! त्यामुळे ते दोघे एकमेकांना पूर्णपणे ओळखत होते. दोघेही समंजस होते, एकमेकांवर त्यांचे खूप प्रेम होते म्हणूनच आयुष्यातला हा महत्त्वाचा आणि नाजूक प्रश्न त्यांनी मॅच्युअर्डली सोडवला. खूप चर्चा करून त्यांनी ठरवले की याचे उत्तर मृणालनेच द्यायचे आणि तिने दिलेला निर्णय हा दोघांनीही मनापासून कुठलाही राग मनात न ठेवता स्वीकारायचा, त्याप्रमाणे त्यांनी मृणालला सर्व परिस्थिती समजावून सांगितली. मृणालने दोघांकडून अवधी मागून घेतला. साधारण ३/४ महिने विचार करून तिने श्रीधरच्या पारड्यात आपले मत टाकले. कितीही नाही म्हटले तरी मग तिघांच्या नात्यात एक अवघडलेपण यायला लागले. संदीपने मग MBA साठी दुसऱ्या शहरात जाण्याचा निर्णय घेतला. तेथून मग नोकरीनिमित्त तो वेगवेगळ्या शहरात फिरत राहिला. मध्यंतरीच्या काळात श्रीधर व मृणालचे लग्न झाले. लग्नाला संदीप हजर होता. पण एकंदर मैत्रीची घडी विस्कटली ती विस्कटलीच. त्यानंतर संदीपने आपले सर्वस्व करिअरला वाहिले. पूर्णपणे झोकून देऊन तो कामाच्या मागे लागला. जिद्दीने यशाची एकेक पायरी चढत आता तो एका मल्टीनॅशनल कंपनीत उच्चपदावर काम करत होता. ज्या पैशाच्या कमतरतेमुळे मृणालने त्याला नाकारून श्रीधरला साथ दिली होती, तो पैसा आता त्याच्याकडे मुबलक होता आणि हेच त्याला मृणालला दाखवून द्यायचे होते.

मृणालभोवती सगळ्यांनी एकच गिल्ला केला. संदीप मात्र दुरून तिचे निरीक्षण करत होता. फारशी भारीतली नसलेली सिल्क साडी, हातात दोन सोन्याच्या बांगड्या, गळ्यात साधेसे मंगळसूत्र आणि कानात तेवढ्या हिऱ्यांच्या झगमगत्या कुड्या! अशी मृणाल हसतमुखाने सर्वांशी गप्पा मारत होती. मधूनच ती संदीपकडे बघून हसत होती पण संदीपचे

अवघडलेपण दूर होत नव्हते. त्यातून श्रीधरही अजून आला नव्हता. तो दुपारी खूप उशिरा आला. मग रात्री उशिरापर्यंत सगळ्यांच्या एकत्रच गप्पा चालू होत्या. रात्री जेवणानंतर श्रीधर खूप वेळ संदीपशी गप्पा मारत होता. संदीपच्या प्रगतीबद्दल त्याने मनापासून त्याचे अभिनंदन व कौतुक केले. स्वत:च्या कामाचा आलेखही त्याने मांडला. श्रीधर लग्नानंतर अमेरिकेला गेला. तिथे M.S. करून ८/९ वर्षे तिथल्या हॉस्पिटलमध्ये नोकरी केली आणि मग तिथला सर्व पसारा गुंडाळून दोन मुलांना घेऊन श्रीधर व मृणाल भारतात परत आले. त्यानंतर कोल्हापूर जवळच्या एका छोट्या गावात हॉस्पिटल काढून सध्या ते तिथे स्थायिक आहेत. त्यांचा मोठा मुलगा आदित्यही डॉक्टर होऊन त्यांना मदत करतोय. मृणाल मात्र तिथे आसपासच्या खेड्यात बरंच काही काम करत होती. गप्पा रंगात आल्या होत्या. पण रात्र बरीच झाली होती आणि दुसऱ्या दिवशी सकाळी शॉपिंगची घोषणा झाल्याबरोबर सगळ्यांनी आपापल्या खोल्यांमध्ये जाऊन झोपणे पसंत केले.

दुसऱ्या दिवशी सकाळी आरामात उठून, आळसात सर्व आवरून संदीप 'आता काय करावे?' या विचारात असताना दारावर टकटक झाली. प्रथम संदीपला वाटले 'शॉपिंगसाठी गेलेली गौरीच काही कारणांनी लवकर परत आलीये' त्याने दार उघडले तर दारात मृणाल हसतमुखाने उभी होती. अचानकपणे तिला पाहून संदीप दचकलाच. "तुझ्याशी बोलायला आलीये!" असं म्हणून तिने पलंगावर बैठक जमविली. मृणालनेच बोलायला सुरुवात केली, "मला माहिती आहे तू माझ्यावर खूप नाराज आहेस. पण तुझ्या मनात जे गैरसमज आहेत, ते काढून टाकण्याची संधी मला आज अचानक मिळाली आहे. सर्वात प्रथम तुला जे वाटतंय की श्रीधर केवळ तुझ्यापेक्षा श्रीमंत होता म्हणून मी त्याला पसंत केलं, तर तो तुझा सपशेल गैरसमज आहे. तेव्हा मी, तू व श्रीधर, तुमच्या दोघांकडून विचार करण्यासाठी वेळ मागून घेतला. पुढचे दोन महिने मी खूप विचार केला. तुमच्या नकळत मी तुमच्या घरच्यांना भेटले, बोलले. तुम्ही दोघेही माझे इतके चांगले मित्र होतात, की निवड करणं खूप कठीण होतं. हुशारी व पात्रता यात तू व श्रीधर तुल्यबळ होतात. पण मी श्रीधरवर लोभावले ते त्याच्या विचारांमुळे! स्वत:पलीकडे जाऊन इतरांचा, विशेषत: शोषितांचा,

पीडितांचा विचार करण्याचा त्याचा जो स्वभाव आहे तो मला खूप आवडला. हा गुण त्याला त्याच्या आजोबांकडून मिळाला आहे. त्याच्या आजोबांनी अगणित लोकांना मदत केली, तीही गाजावाजा न करता! त्यामुळे आपल्याला त्याबद्दल तेव्हा काहीच माहीत नव्हतं. या कामात श्रीधरची आई त्यांना खूप मदत करत असे. मी जेव्हा त्यांना भेटायला गेले तेव्हा त्यांनी मला हे सर्व सांगितले. वर ''श्रीधरच्याही मनात गोरगरिबांना मामुली फीमध्ये वैद्यकीय सेवा पुरवायचा मानस आहे, याची तुला कल्पना आहे ना?'' असेही विचारले.

''खरं सांगू संदीप, ते सगळं ऐकलं आणि मी श्रीधरला साथ द्यायचं नक्की केलं.'' हे सर्व ऐकून संदीप, स्तिमितच झाला. याबद्दल त्याला काहीच कल्पना नव्हती. तरी पण मनात एक शंका कुरतडत होतीच.

''पण मग तुमचं अमेरिकेतील १० वर्षांचं वास्तव्य?'' त्याने मृणालला विचारले. मृणाल दिलखुलास हसून म्हणली, ''आता मला माझा जुना मित्र, संदीप सापडला. जो त्याच्या मनातले सर्व विचार कुशंका मोकळेपणाने माझ्याशी शेअर करत असे. तुझी शंका बरोबर आहे. 'श्रीधरच्या आयडियॉलॉजीमध्ये अमेरिका कुठे बसते?' सांगते. आम्ही तो निर्णय अतिशय विचारपूर्वक घेतला. खरं तर श्रीधरनेच तो घ्यायला लावला. कारण आदर्शवादाने जगणे ही काही सोपी गोष्ट नाही. प्रत्येक पावलाला निरनिराळे त्याग करायला लागतात. 'त्यामुळे हा मार्ग पत्करण्यापूर्वी यशाची, समृद्धीची चव आपण चाखूयात आणि मगच आदर्शवादाकडे वळूयात' असे श्रीधरचे मत होते. शिवाय 'जीवनातील सुखसाधनांची तुझी हौस मला पुरवायची आहे' असेही त्याचे मत होते. म्हणूनच अमेरिकेतले वास्तव्य आम्ही पुरेपूर उपभोगले. मोठा बंगला, गाडी, विकत घेण्याजोगी प्रत्येक गोष्ट आम्ही तिथे विकत घेऊन त्याचा उपभोग घेतला.''

''पण मग त्या सगळ्यांची सवय झाल्यावर इथे परत यायलाच नको, असे नाही वाटले?'' संदीपने मधेच विचारले.

''नाही ना! उलट जसजशी समृद्धी वाढत गेली तसतसं लक्षात येऊ लागलं की या सगळ्यांतून आता समाधान मिळतच नाहीये. उलट अजून हवं अजून हवंची असोशी वाढतेय आणि मग आम्ही पूर्ण

विचारांती ठरवलं 'हीच ती वेळ आपण परत फिरण्याची!' मग तिथला सगळा पसारा गुंडाळून आम्ही परत आलो. खूप अभ्यास करून विचार करून, या छोट्याशा गावात आम्ही आमचा दवाखाना काढला. आता त्याचा पसारा वाढत जाऊन एक हॉस्पिटल, गरजू शेतकऱ्यांच्या मुलांसाठी छोटी शाळा, बायकांसाठी उद्योगकेंद्रे, बचतगट वगैरे वगैरे असा खूप पसारा वाढलाय. दिवसांचे २४ तास पुरे पडत नाहीत. अर्थात हे सगळं काही सहजी झालेलं नाही. अडचणी तर अनंत आल्या. अगदी हे सगळं सोडून निघून जावं असं वाटेपर्यंत परिस्थिती आली. पण आम्ही दोघं आणि आमची कुटुंबं असे एकमेकांना आधार देत या सगळ्यातून वाटचाल करीत आहोत.

संदीपने परत विचारले "मृणाल, मला जवळचा मित्र मानतेस ना? मग खरं सांग, या सगळ्यात तू सुखी आहेस?"

"सुखाची व्याख्या काय ते मला माहीत नाही. पण एक सांगते. या सगळ्यात दगदग, धडपड खूप होते पण मनाला एक शांतता आहे. रात्री खूप थकून दमून मी आणि श्रीधर एकमेकांना भेटतो ना तेव्हा आमच्या मनातल्या समाधानाचं प्रतिबिंब आम्ही एकमेकांच्या डोळ्यांत पाहतो. सुखसाधनांचं म्हणशील तर आमच्या घरात आम्ही सर्व सुखसोयी करून घेतल्याच आहेत. फक्त त्या विकत घेताना 'थांबायचं कुठे' हे आम्ही पक्कं केलं आहे. बाजारात आलेला प्रत्येक नवा ब्रँड आपल्याकडे हवाच हा अट्टहास नसतो. सगळ्यात अभिमानाची गोष्ट म्हणजे आम्ही आमच्या मुलांना हे सगळं समजावून सांगू शकलो. आमचा मोठा मुलगा आदित्य त्याच्या स्वतःच्या इच्छेने आमच्या कामात मदतीला आला आहे. हे आम्ही आमचे सगळ्यात मोठे यश मानतो. कारण आम्ही आमच्या मुलांना यातून बाहेर पडून मोठ्या शहरात किंवा परदेशातही जाण्याचे पूर्ण स्वातंत्र्य दिले आहे. पण निदान आदित्यने तरी हा मार्ग स्वीकारायचे ठरवले आहे. खरं सांगू, हा आमचा आनंद तुझ्याबरोबर वाटून घेण्यासाठी आम्ही फार तरसत होतो. आमच्या यशाच्या-अपयशाच्या प्रत्येक टप्प्यावर आम्हाला तुझी आठवण येत होती."

अवाक होऊन संदीप म्हणाला, "अगं, मला वाटलं की ही भावना फक्त मलाच आयुष्यभर छळत होती. जितका मी तुम्हा दोघांना विसरायचा

प्रयत्न करायचो तेवढे मला तुम्ही अजून हवेसे वाटायचात. जाऊ देत. आजपर्यंत जे घडले ते घडले. पण आता आपण आपली मैत्री पुन्हा जागवूयात. तुला खरं सांगू या रॅटरेसमध्ये पळायला आता मी खूप कंटाळलो आहे. दोघंही मुलं परदेशात. मृणाल त्यामुळे आमच्या आयुष्यात एक पोकळी जाणवतेय. आपण कुणालाच नको आहोत अशी काहीशी भावना आता मनात येतेय. मृणाल, मी तुमच्या या कामात मदत करायला आलो तर चालेल का गं? पण मला हे जमेल?"

संदीपचा हात हातात घेऊन मृणाल म्हणाली, "अरे, आमच्या आयुष्यात तुझं कायम स्वागतच आहे आणि हे काम न जमायला काय झालं? सगळं सोडून देऊन एकदम येऊच नकोस. आधी थोडे थोडे दिवस येऊन, म्हणजे समजा दर ३/४ महिन्यांतून १०/१५ दिवस येऊन, राहून अंदाज घे की हे तुम्हाला आवडतंय का? आणि मगंच डिसिजन घे. अरे संदीप, तुला कसं सांगू, मला किती आनंद झालाय ते! चल, लवकर खाली जाऊन ही आनंदाची बातमी आपण आधी श्रीधरला आणि इतर सगळ्यांना सांगू."

खूप वर्षांनंतर संदीपला मनामधली सतत जाणवणारी पोकळी कुणीतरी भरून काढतंय असं वाटलं. अत्यंत आनंदात दोघेही खाली लाऊंजमध्ये निघाली.

□□

११.
स्वप्नातल्या कळ्यांनो

कोपनहेगन एअरपोर्टवर सुवर्णा स्मिथची वाट पाहत बसली होती. सुवर्णाने विमानातून उतरल्याबरोबर कार्ड बदलून मोबाईल ऑन केला तर लगेच स्मिथचा मेसेज आला. "ट्रॅफीकमध्ये अडकलोय, अर्ध्या तासात नक्की पोचतो. Sorry" त्यामुळे सुवर्णा एअरपोर्टवर मस्त फ्रेश होऊन आली आणि एक बाक पकडून, सामान पायाशी ठेवून सगळी गर्दी धावपळ पाहत शांतपणे बसून होती. अरायव्हलच्या कठड्यापाशी सर्वजण उत्सुकतेने आपल्या माणसाची वाट पाहत उभे होते. आतून येणाऱ्या लोंढ्यामधे अपेक्षित चेहरा दिसला की तोंडातून आनंदाचा चीत्कार बाहेर पडत होता की मग अगदी गळाभेट!! मग कुणी चिमुरडी असेल तर तिला उचलून घेणे, तान्हुलं असेल की कौतुकाचा वर्षाव करणे, आजी आजोबा असतील तर मायेने जवळ घेणे. एकूण काय आनंद, राग, लोभ, हेवा, मत्सर हे सर्व रंग, रूप, जात, भाषा, देश या सगळ्या पलीकडचे आहेत, सर्वत्र सारखेच आहेत. सुवर्णा विचार करता करता एका विचाराशी थांबली 'मी इथे कोपनहेगन एअरपोर्टवर अशी एकटी काय करतेय? हे सगळं घडतंय ते खरंय, की स्वप्न?'

खरंच, तीन वर्षांपूर्वी सुवर्णाला जर कुणी म्हटलं असतं की आता तुझ्या नशिबात परदेश प्रवास आहेत. तर तिने कुठल्या तरी टुरिस्ट कंपनीच्या जाहिराती बघायला सुरुवात केली असती. कारण आजपर्यंतचे तिचे आयुष्य म्हणजे मध्यमवर्गीय मराठी स्त्रीचे आदर्श उदाहरण होते. स्वत:ची छोटीशी फर्म असलेला नवरा रमेश आणि प्राजक्ता आणि गौरव ही दोन मुलं. दोघेही मुलं आपापल्या जागी सुस्थितीत; म्हणजे प्राजक्ताचे

लग्न होऊन ती तिच्या संसारात मग्न आणि गौरवचे शिक्षणाचे शेवटचे वर्ष. सुवर्णाचे आतापर्यंतचे आयुष्य म्हणजे हा सर्व संसार सुरळीत हाकणे, प्रत्येकाच्या हाकेला तत्परतेने ओ देणे. आपण नोकरी करत नाही म्हणजे एका अर्थाने पूर्णपणे निरुद्योगी आणि निरुपयोगी! तेव्हा निदान या तिघांच्याही वारंवार उपयोगी पडून आपल्या अस्तित्वाची सार्थकता सिद्ध करणे, अशा चक्रात ती गेली तीस वर्ष विनातक्रार फिरत होती. त्यामुळे परदेश प्रवास म्हणजे कुठल्यातरी travel कंपनीमध्ये बुकिंग करून एखादी ट्रीप करणे यापलीकडे काही असू शकते हे तिच्या स्वप्नीही नव्हते. पण स्मिथ त्यांच्या आयुष्यात आला आणि सगळं चित्रच बदललं. स्मिथचा काही कामानिमित्त रमेशशी, सुवर्णाच्या नवऱ्याशी, बिझनेसमध्ये संबंध आला होता. खरंतर या गोष्टीला ५/६ वर्ष उलटून गेली. पण दोघांचे emails चालू होते. साधारण तीन वर्षांपूर्वी रमेशला जर्मनीला कामासाठी जावं लागणार होतं. ते कळताच स्मिथने दोघांना डेन्मार्कला येण्याचे आग्रहाचे निमंत्रण दिले. त्या निमंत्रणावरून प्रथम रमेशसह सुवर्णा डेन्मार्कला आली. कोपनहेगनहून प्रथम कारने व नंतर बोटीने प्रवास करून बॉर्नहोम या बेटावर स्मिथचे घर होते. प्रथमच भारताबाहेर पाऊल टाकलेल्या सुवर्णाला या २५/२६ तासांच्या प्रवासाने भोवंडल्यासारखेच झाले होते. आपण कुठे चाललो आहोत याचा काही पत्ताच लागत नव्हता. एकदा मनात आलेही की 'हा कोण कुठला स्मिथ! याची आपल्याला काहीही माहिती नाही आणि आता हा आपल्याला कुठे घेऊन चाललाय? याच्या भरवशावर आपण इतक्या दूर, जगाच्या टोकाला आलोय? हे योग्य आहे का?' पण त्याचे सुंदर उबदार मोठे घर आणि त्यातले त्याचे सत्तरीतले, प्रेमळ आईवडील बघून सर्व शंका फिटल्या होत्या. फक्त इंग्रजी चित्रपटात पाहिलेला सुंदर स्वच्छ निसर्ग; सर्वत्र हिरव्या रंगाचे साम्राज्य, युरोपिअन स्टाईलचे सजवलेले मोठे घर आणि या सर्वांवर कडी म्हणजे स्मिथ व त्याचे आईवडील यांची अत्यंत आपुलकीची वागणूक व आदरातिथ्य! सुवर्णा व रमेशला हे सगळं स्वप्नवतच वाटत होते. त्या चार दिवसांच्या वास्तवात स्मिथने सुवर्णा व रमेशला आपलेसे करून टाकले. त्यानंतर स्मिथ जेव्हा कामानिमित्ताने भारतात आला तेव्हा हे बंध अजूनच दृढ झाले. आता स्मिथची सुवर्णाशी मस्त मैत्री जमली. समवयस्क असल्यामुळे

मतंही खूपशी जुळली. स्मिथ कामानिमित्त जगभर फिरलेला होता. त्याचा निरनिराळ्या लोकांशी संपर्क आला होता. त्यामुळे त्याच्याकडे अनुभवांचे भांडार होते. त्याचा दृष्टिकोनही खूप वेगळा व विशाल होता. त्यामुळे सुवर्णाला त्याच्याशी गप्पा मारायला खूप आवडायचं. त्यांच्या गप्पा खूप रंगायच्या. सुवर्णाला स्वत:चंच आश्चर्य वाटत असे, 'एका परदेशी माणसाशी आपण इतकं बोलू शकतो?' काहीशी आत्ममग्न असलेली सुवर्णा स्मिथशी मात्र खूप मोकळेपणाने बोलत असे. त्यानंतर सुवर्णाची अजून एक ट्रीप डेन्मार्कला झाली. त्यावेळेस रमेश मधले ८/१० दिवस त्याच्या कामासाठी हॉलंडला जाऊन आला. तेव्हा सुवर्णा एकटीच स्मिथकडे राहिली होती. या ट्रीपमध्ये सुवर्णा आता हळूहळू स्वत:ला सापडत होती. चौकस बुद्धी, चौफेर वाचन व वेगवेगळ्या विषयातील आवड (रस) यामुळे सुवर्णाचे विचार खूप परिपक्व होते. पण इथल्या मराठी मध्यमवर्गीय वातावरणात ते पद्धतशीरपणे दुर्लक्षित केले होते किंवा क्वचित मूर्खपणाचे ठरवले गेले होते. तिच्या जवळच्या लोकांकडूनच तिला पटवून दिले गेले होते की 'You are good for nothing !' पण स्मिथने तिला जाणवून दिले की "तू एक हळुवार हृदयाची पण अत्यंत समर्थ स्त्री आहेस. तुझ्यात माणसं जोडण्याची आणि त्यांना मानसिक बळ देण्याची विलक्षण ताकद आहे. अत्यंत खंबीरपणे तू तुझे घर तोलून धरलेलं आहेस. तू ग्रेट आहेस!" या ट्रीपमध्ये स्मिथ व सुवर्णा अशा एका नात्यात बांधले गेले की ज्या नात्याला नावच नाही. ज्या नात्यामधून काहीही अपेक्षा नाहीत, ज्या नात्यात काहीही देवाणघेवाण नाही, पण मनात येणारी कुठलीही गोष्ट मोकळेपणाने दुसऱ्याला सांगता येते. असे फक्त दोन व्यक्तींमधील नाते! कदाचित आपल्या देशात आपल्या संस्कृतीत हे असं शक्य नाही कारण आपल्याला प्रत्येक नात्याला लेबल लावायची फार घाई झालेली असते.

आता सुवर्णा बॉर्नहोमला फारच खूश असायची. कारण तिथे ती कोणाची आई, पत्नी, मुलगी, काकी, मामी नसायची तर फक्त सुवर्णा असायची. खूप मोकळा श्वास ती तिथे घेऊ शकायची. निर्भर व्हायची. तिथे तिची ओळख स्मिथचा मित्र जिमी याच्याशी झाली. स्मिथने सुवर्णाचे नेहमीप्रमाणे खूप कौतुक करत 'ही माझी भारतीय पाहुणी!' अशी ओळख करून दिली. खरं अशा कौतुकाने सुरुवातीला सुवर्णा खूप संकोचून जात

असे पण स्मिथने तिला हळूहळू एक वेगळाच कॉन्फिडन्स दिला होता. जिमी हा तिथला एक सधन शेतकरी होता. खूप प्रचंड शेती आणि २/ ३ घरांचा तो मालक होता. उंचापुरा, धट्टाकट्टा असा एक डॅशिंग शेतकरी. पण त्याचे वाचन भरपूर होते. इंग्रजी फारसे चांगले येत नव्हते पण तिथल्या इतर लोकांपेक्षा बऱ्यापैकी तोडक्या मोडक्या इंग्रजीत तो गप्पा मारू शकत असे. त्याला भारताबद्दल खूप कुतूहल होते. त्याने सुवर्णाला भारतीय लोक, त्यांचे विचार, संस्कृती, रीतीरिवाज याबद्दल खूप प्रश्न विचारले होते. त्यांच्याशी बोलताना तिच्या लक्षात आले की आपणही कधी या गोष्टींचा इतका विचार केला नव्हता. पण आता जिमीच्या प्रश्नांना उत्तरं देताना ती नव्याने या गोष्टींचा विचार करत होती. खरंच त्या लोकांना आपल्या संस्कृती विषयी खूप कुतूहल असते.

सुवर्णाची विचारमालिका एकदम खंडित झाली, कारण कोणीतरी तिच्या डोळ्यांपुढे हात नाचवीत होते. ती दचकलीच, पण स्मिथ तिच्या समोर दोन्ही हात पसरून उभा होता. सुवर्णा हळूहळू याही गोष्टीला सरावली होती. हे असं एकमेकांना हलकेच जवळ घेणे यात विशेष वेगळा अर्थ दडलेला नसतो. ही त्यांची स्वागताची पद्धत आहे. तिने हसतच स्मिथला मिठी मारली. तेव्हा तिला त्याच्यामागे उभा असलेला जिमी दिसला. त्याचे डोळे आनंदाने लकाकत होते. का कोण जाणे, पण सुवर्णाच्या मनात एकदम आनंदाचे कारंजे उसळून आले. जिमीने मारलेली मिठी थोडी अधिक गडद होती. सुवर्णाही नकळत काही सेकंद त्यात रेंगाळली आणि मग जराशी गोरीमोरी होत दूर झाली. त्या नंतरची संध्याकाळ तिघेही मनसोक्त भटकले. खूप खूप गप्पा मारल्या. रात्री उशिरा बॉर्नहोमला घरी परतले. यावेळी तिथे स्मिथ एकटाच होता, त्याचे आई वडील स्पेनमध्ये फिरायला गेले होते. त्या रात्री जिमीही जेवायला स्मिथकडेच होता. गप्पांमध्ये स्मिथने जिमीला सांगून टाकले की ''तो आठवडाभर कामात खूप बिझी आहे तेव्हा सुवर्णाला एंटरटेन करण्याची जबाबदारी जिमीने घ्यावी'' यावर जिमीने तोंड खूप वेडेवाकडे करत 'I would love to' म्हटलं. त्यावर तिघंही खूप वेळ हसत होते. रात्री सुवर्णा जेव्हा तिच्या रूममध्ये झोपायला गेली तेव्हा गुणगुणत आरशासमोर उभी होती. स्वतःचे प्रतिबिंब बघताना तिच्या मनात विचार आला 'यापूर्वी

आपण इतक्या आनंदी कधी होतो?' तिला आठवेच ना, तिचा आनंद तिच्या सर्वांगावर पसरलेला होता. हा इतका सुंदर निसर्ग, ही नीरव शांतता, त्यातले हे अप्रतिम घर, ही माझी खोली... सुवर्णा जणू स्वर्गात होती. तिचे डोळे अलगद मिटले.

दुसऱ्या दिवसापासून जणू ड्यूटी लावल्यासारखा जिमी सकाळी ९ वाजता हजर होत असे. सुवर्णा तिघांसाठी ब्रेकफास्ट करे. तो खाऊन तिघं बाहेर पडत. रोज नव नवी ठिकाणे, नव नवे अनुभव. कधी हिरव्यागार समुद्रकिनाऱ्यावर, कधी एखाद्या छोट्याशा रेस्टॉरंटमध्ये शांतपणे बसून गप्पा, तर कधी तिथला एखादा बर्ड शो पाहणे. या सगळ्यात स्मिथला जिथे कुठे काही कामासाठी जायचं असेल तर त्याला तिथे सोडून नंतर परत घ्यायला जाणे. तिघंही जणू आपापली वयं विसरून गेलेली. गप्पांसाठी विषय तर कधी संपतच नसत. कधी घनघोर वादविवाद– चर्चा, तर कधी हास्यकल्लोळ! सुवर्णा ही जणू कोणी वेगळीच व्यक्ती झाली होती. आजवरच्या आयुष्यात तिला असं मोकळेपण मिळालंच नव्हतं. घर, संसार, शेजारी, नातेवाईक, समाज हे कुठलंच ओझं तिच्या मनावर नव्हतं. ती फक्त एक व्यक्ती होती आणि आलेला प्रत्येक क्षण मनमुराद उपभोगत होती. 'तू हसलीसच का, असंच का बोललीस, इथेच का बघितलंस, तिथेच का नाही गेलीस, असंच का, तसं का नाही' या सर्व दडपणांच्या बाहेर ती जगत होती. आपल्याला असंही महत्त्व, मान मिळू शकतो याने ती रोमांचित होत होती. प्रत्येक क्षण जणू तिला सांगत होता 'You are someone special.' सुवर्णा तिच्या आयुष्यात खूप दु:खी होती असं नव्हे. पण नवऱ्याकडून, मुलांकडून कळत नकळत केले गेलेले अपमान, अवहेलना, तिला गृहीत धरणं, ती किती कालबाह्य झालीये हे दाखवून देणे. या गोष्टी आताशा तिला प्रकर्षाने जाणवायला लागल्या होत्या. ''मी माझ्या आयुष्यातली मोलाची तीस वर्षे तुमच्यासाठी दिली आहेत'' याची योग्य ती जाणीव ठेवली जात नाहीये हे तिला दुखवत होतं. या सगळ्यावर आता ही हळुवार फुंकर होती. गौरवने– तिच्या मुलाने– एक दिवस फोनवर विचारलेही, ''आई, तू खूप खूश आहेस ना? कारण तुझा इतका आनंदी आवाज मी खूप वर्षांत ऐकलेलाच नाहीये!''

त्या दिवशी गप्पांच्या ओघात असं ठरलं की 'उद्या पौर्णिमा आहे

तेव्हा आपण तिघांनी जिमीच्या समुद्रावरच्या रेस्टहाऊसवर रात्र घालवायची. रात्रभर किनाऱ्यावर फिरायचं, खाणं-पिणं आणि जिमीच्या मोटर बोटमधून मस्त समुद्रसफर!' सर्व प्लॅन ठरला. पण नंतर स्मिथला फोन आला आणि त्याला दुसऱ्या दिवशी अर्जंट मीटींगसाठी स्वीडनला जावं लागणार होतं. म्हणजेच जिमीच्या रेस्टहाऊसचा प्रोग्रॅम कॅन्सल! पण स्मिथने आग्रह धरला की सुवर्णा व जिमीने रेस्टहाऊस वर जावेच. त्या रात्री घरी आल्यावर सुवर्णा व स्मिथ दोघेच असताना सुवर्णाने हा विषय छेडला. "स्मिथ, प्रामाणिकपणे सांग तुला काय वाटतं? मी जिमीबरोबर एकटीने उद्या जाऊ?" सुवर्णा व स्मिथचे ट्यूनिंग इतके सुंदर जुळले होते की सुवर्णाच्या 'ता' वरून स्मिथने ताकभात ओळखले होते. कारण गेल्या काही दिवसांत घडणाऱ्या घटनांचा अर्थ न समजण्याइतका स्मिथ दुधखुळा नव्हता. दिवसेंदिवस जिमीच्या नजरेत सुवर्णाबद्दलची ओढ स्पष्ट दिसत होती. जरी तो स्पष्ट काही बोलत नसला तरी सुवर्णालाही ते पूर्णपणे जाणवलेले होते. आयुष्याच्या या वळणावर आजपर्यंत कधीही न भेटलेला एक वेगळाच अनुभव ती घेत होती. प्रथम ती भांबावली. पण मग तिनेही ठरवले थोडेसे धीट व्हायचे. आजपर्यंत आपण प्रत्येक जबाबदारी पूर्णपणे पार पाडली आहे. सतत दुसऱ्यासाठीच जगत आलेलो आहोत. आयुष्यातले थोडे क्षण आपण स्वतःसाठी जगायला काय हरकत आहे? 'मला काय वाटतंय? मला काय हवंय?' हे विचार कधीतरी करणे हा फार मोठा गुन्हा आहे का? मग ती पण त्याला कळत नकळत रिस्पॉन्स देत होती. एक नवाच खेळ ती खेळत होती. हे सर्व जाणवून स्मिथने तिला विचारले, "मी रमेशचा मित्र म्हणून तुला उत्तर देऊ, की तुझा मित्र म्हणून?" यावर सुवर्णा उत्तरली, "स्मिथ, मी तुला माझा सोलमेट (soulmate) मानते. म्हणून तुझा सल्ला मला हवाय" यावर स्मिथ विचारात पडला. जरा वेळाने अत्यंत स्थिर नजरेने सुवर्णाकडे पाहत तो म्हणाला "माणसाने सुखी होणे यात काहीही चूक आहे असे मला वाटत नाही. Ok. Then उद्या सकाळी तू उठायच्या आधीच मी एअरपोर्टवर गेलो असेन तर आपण आता एकदम परवा सकाळीच भेटू. Good night. God bless you!"

सुवर्णा तिच्या खोलीत गेली. आरशासमोर उभी राहून ती स्वतःची छबी न्याहाळत होती. एक अधीर उत्सुकता तिच्या मनात भरून राहिली

होती. रात्री स्वप्नात ती जुन्या हिंदी सिनेमातल्या ड्रीम सिक्वेन्समध्ये दाखवतात तशा वर आभाळात नाहीशा होण्याऱ्या मोठ्या जिन्यावरून अतिशय नटूनथटून पायऱ्या चढून जात होती.

दारावर टकटक झाली आणि हाका ऐकू आल्या तशी सुवर्णा झोपेतून उठली. एक क्षण आपण कुठे आहोत हेच तिला कळेना. परत टकटक झाली तशी सुवर्णा भानावर आली, कपडे सावरून खोलीचे दार उघडले. हसतमुखाने आणि चेहेऱ्यावर थोडेसे प्रश्नचिन्ह घेऊन स्मिथ दारात उभा होता. म्हणाला, "चल, लवकर ये खाली. किती वेळ झोपलीयेस! कॉफी आणि ब्रेकफास्ट तयार आहे. मी खाली तुझी वाट बघतोय!" दात घासून, अंघोळ करूनच सुवर्णा खाली किचनमध्ये आली. गरम कॉफीचे घोट पोटात गेल्यावर ती एकदम सुखावली. स्मिथने आपुलकीने विचारले, "मी काही विचारायलाच हवंय? की तू आपणहून सांगणार आहेस?" मिश्किलपणे हसत सुवर्णा म्हणाली, "तुझा काय अंदाज आहे?" स्मिथ म्हणाला, "मला माहितीये काहीच घडलेलं नाहीये. पण तरी Please अजून माझी उत्सुकता न ताणता मला जरा विस्ताराने सांगशील का?" खूप मोकळेपणाने हसून सुवर्णा सांगू, लागली. "खरं सांगू, आमच्याकडे मला लहानपणापासून कधीच असं महत्त्व दिलं गेलं नाही. तसं कुणी वाईट वागवलं नाही. पण सहजगत्या मुलींना दुय्यम स्थान दिले जाते. त्यातून माझ्या पडखाऊ स्वभावामुळे मला आयुष्यात कधीच माझ्या मनासारखं करून घेता आलं नाही. कायम 'इतरांना जे सोयीचं असेल ते मला चालेल.' अशा माझ्या वृत्तीमुळे, खरं तर मीच माझं अवमूल्यन करून घेतलं. मग हेच बरोबर आहे असं स्वतःला पटवून देत राहिले. पण तू माझ्या आयुष्यात आलास आणि प्रथमच मला जाणवलं की मला पटवून देण्यात आलंय तितकी मी टाकाऊ नाही. मी पण कुणीतरी आहे. मलाही महत्त्व मिळायला हवं. मग जिमीने तर मला फुलवलीच. हा असा उमलण्याचा आनंद मी कधी घेतलाच नव्हता. खूप समजून उमजून मी या अनुभवाला सामोरी गेले. माझ्यातली आत्तापर्यंतची सुप्तावस्थेतली एक स्त्री पुढे आली. खूप खूप सुखावली." स्मिथने अधीरपणे मधेच विचारले, "पण मग काल जिमीबरोबर त्याच्या रेस्टहाऊसवर

का नाही गेलीस? घाबरलीस? अगं, मी हे कधीच रमेशला किंवा कुणालाच सांगितलं नसतं!'' स्मिथच्या हातावर हात ठेऊन सुवर्णा उत्तरली. "या गेल्या काही दिवसांनी मला माझीच ओळख करून दिलीये. जर मला पाऊल पुढे टाकायचं असतं नं, तर तेही मी अत्यंत धीटपणे टाकलं असतं. माझ्या आयुष्यावर माझा इतका अधिकार नक्की आहे. परवा रात्री तू मला Good night म्हणून गेल्यानंतर मी खूप विचार केला आणि माझ्या लक्षात आलं की जगात आता मी कोणालाही नाही घाबरत. पण घाबरते ते फक्त आरशातल्या माझ्या प्रतिबिंबाला! त्याच्या नजरेशी मी कशी नजर मिळवू? नाही स्मिथ, मला माझ्या नजरेतून उतरायचं नाही. म्हणूनच मी जिमीला नकार कळवला!'' स्मिथ उठला आणि त्याने सुवर्णाला जवळ घेतली. म्हणाला, "सुवर्णा, तू मला आजपर्यंत खूप आवडत होतीस, पण आता मी तुझा खूप आदरही करतो. तू माझ्या आयुष्यात आलीस या गोष्टीचा मला खूप अभिमान वाटतो.''

मुंबईला जाणाऱ्या विमानाची अनाऊन्समेंट झाली. सुवर्णा उठून उभी राहिली. स्मिथने तिला जवळ घेऊन Have a safe journey म्हटले. त्याच्या मागे उभ्या असलेल्या जिमीला सुवर्णाने दोन्ही हात पसरून जवळ बोलावले. त्याच्या मिठीतून दूर होताना सुवर्णा म्हणाली, "जिमी डियर, कधीकधी पूर्णतेपेक्षा अपूर्णतेतली गोडी अधिक असते.'' आणि बॅग उचलून ती विमानाच्या दिशेने चालू लागली.

❑❑

१२.
अण्णा, माझं चुकलं का ?

दिलीप ऑफीसमधून घरी आला. बॅग ठेवता ठेवताच घरातील ती विचित्र शांतता त्याला जाणवली. 'आज आता नवीन काय?' या विचारानं त्याच्या डोक्यातला ठणका अजूनच वाढला. ऑफीसच्या प्रॉब्लेममुळे तिथंच खरं तर डोकं दुखायला लागलं होतं. घरी येऊन जरा स्वस्थ बसावं. 'टीव्ही नको, पेपर नको काही विचारही नको. जरा स्वस्थ बसू द्या.' असा विचार करतच त्यानं कपडे बदलले, फ्रेश होऊन डायनिंग टेबलाशी येऊन बसला. नीताच्या चहा देण्याच्या पद्धतीवरूनच त्याला वादळाची सूचना मिळाली. नीता कितीही चिडली असली, तरी दिलीपचा हा चहा होईपर्यंत ती काहीही बोलत नसे, हा तिचा शिरस्ता होता. त्यामुळे आज हा चहा संपूच नये असे दिलीपला वाटत होते. ऑफीसमधले प्रश्न पुरेत, अजून नवे प्रॉब्लेम आता आज तरी नकोत, असा विचार करत शून्यपणे चहाच्या कपात बघत त्यानं चहा संपवला आणि समोर बसलेल्या नीताकडे प्रश्नार्थक नजरेनं बघितलं. नीता जणू याच क्षणासाठी थांबली होती; ती उसळली "आज तुझ्या वडिलांनी आपली अब्रू पार रस्त्यावर उतरवली." दिलीपनं मनातला वैताग दाबून शांत स्वरात विचारलं, "अगं, काय झालं काय? आणि मुळात ते फक्त माझे वडील नसून आपले अण्णा आहेत. काय केलं अण्णांनी?"

"काय केलं? तो कोपऱ्यावर हातगाडीवर भजी आणि वडे विकणारा आहे ना, तो आज आपल्या अण्णांना हात धरून घरी घेऊन आला." नीता म्हणाली,

"यात चिडण्यासारखं काय आहे? रस्त्यावरच्या गर्दीमुळे अण्णा

गोंधळले असतील.'' दिलीप सावरून घ्यायच्या स्वरात म्हणाला.

''अरे दिलीप, यात चिडण्यासारखं काही नाही एवढं मलाही कळतं. मी चिडले ते त्यानं मला जे सांगितलं ना त्यांनी. तो म्हणाला, 'ताई रागावू नका, पण हे आजोबा गेले काही दिवस रोज माझ्याकडे भजी, वडे खायला येतात. तुम्ही भल्या घरची माणसं आहात. पण देवाला स्मरून सांगतो. आमच्या गाडीवरची भजी, वडे अशी तुमच्या घरच्या सारख्यांनी, त्यातून अशा या म्हाताऱ्या वयात रोज खायच्या लायकीची नसतात. अहो सोसणार नाही त्यांना. आजोबांना मी हे सांगून बघितलं पण ते ऐकत नाहीत. म्हणतात, 'हवं तर जास्त पैसे घे.' अहो, गेली पाच वर्ष मी या कोपऱ्यावर गाडी लावतोय. त्यामुळे बघून बघून मी आता या गल्लीतली माणसं ओळखायला लागलोय. ही सगळी मला आपलीच माणसं वाटतात. म्हणून आजोबांची काळजी वाटली. येतो मी.' असं म्हणून तो जायला वळला, परत घुटमळत म्हणाला, 'ताई, वाईट वाटून घेऊ नका, पण परवा ते त्या शेजारच्या बिल्डिंगमधल्या काकांकडे पैसे मागत होते.' म्हणाले, 'घरी कुणी जेवायला दिले नाही. थोडे पैसे दिलेत, तर इथं बाहेरच काहीतरी खाईन म्हणतो.' त्या काकांनी दया येऊन पैसे दिले, तशी मग ते भजी खायला आले. येतो मी ताई.' तूच सांग दिलीप काय करू मी? मी जगात ज्या कुठल्या देवाला मानते ना त्याला स्मरून सांगते, की खरंच मी अण्णांची कुठलीही आबाळ करत नाही रे. अगदी व्यवस्थित दर दोन-तीन तासांनी त्यांना पोटभर खायला देते. पण ते विसरूनच जातात त्याला मी काय करू? त्यांना कितीही सांगितलं ना की 'अहो अण्णा, आत्ताच तुम्ही पोटभर जेवलायत तरी त्यांना ते पटतच नाही.' ते सारखं म्हणत राहतात 'मला वाढ, मला भूक लागलीये.' ''

''शांत हो नीता. अगं, माझा तुझ्यावर पूर्ण विश्वास आहे. गेली वीस वर्षं मी बघतोय ना, तू त्यांना किती आपलं मानतेस! खरंच ते 'आपले' अण्णा आहेत. त्यामुळे तुझ्याबद्दल माझ्या मनात कुठलीही शंका नाहीये. पण अण्णांच्या या विस्मरणाला आणि त्यामुळे होणाऱ्या या त्यांच्या वागणुकीला काय करायचं, हाच विचार मी करतोय.'' तिला समजावीत दिलीप म्हणाला.

अण्णा, माझं चुकलं का ? /१५३

खरंच होतं ते. अण्णा हे कधीच फक्त दिलीपचे अण्णा नव्हते, तर त्या दोघांचे, 'आपले' अण्णाच होते. दिलीप-नीताच्या लग्नापासून, अण्णांचं आणि नीताचं कधीच कुठं खटकलं नव्हतं. दोघांनीही एकमेकांना छान समजून घेतलं होतं. घरात सासूबाई नसल्यामुळे या घरच्या सगळ्या रीती, नाती, अण्णांनीच नीताला समजावून सांगितल्या होत्या. दिलीपच्या आवडी-निवडीही तिला अण्णांकडून कळल्या होत्या. घरातले सण, समारंभ, नातेवाईक सगळं सगळं तिला अण्णांकडून शिकायला मिळालं होतं. अण्णा स्वभावानं शांत आणि मितभाषी होते. आयुष्यभर त्यांनी आपला शिक्षकी पेशा जपला. गणित आणि सायन्स हे त्यांचे विषय. त्यातल्या त्यात गणितावर त्यांचा अत्यंत जीव होता. म्हणून तो विषय विद्यार्थ्यांपर्यंत सोपा करून कसा पोचवावा, याच चिंतेत ते सतत असायचे. त्यांचे विद्यार्थीही नकळत गणिताच्या प्रेमात पडायचे. शाळेतली नोकरी संपल्यावरही ते घरी मुलांच्या शिकवण्या घ्यायचे. स्वत:च्या बुद्धिमतेच्या जोरावर वेळेला पार इंजिनिअरिंगची गणितेही ते सोडवू शकायचे. विद्यार्थी एकदा का त्यांच्या हाताखाली आला, की पार त्याला डिग्री मिळेपर्यंत. गणितातले कधीही, काहीही अडले तरी तो हक्कानी अण्णांकडे येत असे. त्याला खात्री असे देसाई सर आपल्याला नक्की मदत करतील. त्यामुळे अण्णा दिवसभर विद्यार्थ्यांच्या गराड्यात असत. सुदैवानं घरात तशी जागा कमी नव्हती. अण्णांची खोली एका बाजूला होती आणि त्याला वेगळं स्वतंत्र बाहेर जाण्याचं दार असल्यामुळे या वर्दळीचा घराला त्रास होत नसे. उलट अण्णांची घराला दिवसभर सोबतच असे. विद्यार्थ्यांच्या गराड्यात असले तरी अण्णांचं घरात व्यवस्थित लक्ष असे.

त्यामुळेच अजित आणि शलाका ही दोघंही मुलं थोडी मोठी झाल्यावर नीताला परत एकदा तिच्या पेंटिंगच्या छंदाकडे वळता आलं होतं. अजित आणि शलाका शाळेतून आले, की अण्णांच्या खोलीत दोघांना अभ्यासाला बसवून ती स्वत:साठी वेळ काढू शकत असे. सातवीपासून दोघांच्या अभ्यासाची पूर्ण जबाबदारी अण्णांनी घेतली होती. त्यामुळे मुलांच्या अभ्यास, परीक्षा, मार्क्स या सर्व टेन्शनमधून नीताची पूर्ण सुटका झाली होती. या तिच्या भाग्याचा नातेवाइकांच्यात, मैत्रिणींमध्ये अत्यंत हेवा केला जाई. अण्णांच्या मार्गदर्शनामुळे अजितला बारावीला

उत्तम मार्क मिळून त्याला इंजिनिअरिंगच्या त्याच्या आवडीच्या शाखेला सहज प्रवेश मिळाला होता. धाकटी शलाकाही आता बारावीचा अभ्यास अण्णांच्या मार्गदर्शनाखाली करत होती.

असे सगळे छान, सुरळीत चालू असताना नकळत बिनसायला लागले. एक दिवस शलाका कॉलेजमधून येऊन १० च्या सुमारास अण्णांच्या खोलीत अभ्यासाला म्हणून गेली आणि परत येऊन आईला म्हणाली, ''आई, आज सकाळी अण्णांना चहा द्यायला विसरलीस. देते आता मी करून!'' नीता चमकलीच. अण्णा सकाळचा चहा त्यांच्या खोलीतच घेत असत. नीता आपल्या चहाबरोबर त्यांचा कप त्यांच्या खोलीतच नेऊन देत असे. ते म्हणायचे, 'तुमच्या सकाळच्या घाई-गडबडीत माझी लुडबूड नको.' म्हणून त्याच्या खोलीत ते पेपर वाचत शांतपणे चहा पीत असत. नीताला आठवत होते, की तिनं त्यांना चहा नेऊन दिला होता. पण सकाळी तिची इतकी घाई असे, की तिला स्वत:ची नक्की खात्री देता येत नव्हती. कदाचित अति सवयीनं तिला 'आपण चहा नेऊन दिलाच आहे' असे वाटत असेल. पुढे दिवसभराच्या गडबडीत ती हा विषय विसरूनही गेली. पण, आठ-दहा दिवसांनी या घटनेची पुनरावृत्ती झाली. यावेळी दिलीपनं हसत तिला टोला दिला- ''काय गं, वय व्हायला लागलं वाटत तुझं? अण्णांना चहा द्यायला विसरलीस तू! अण्णा आता सांगत होते!''

आता मात्र नीताला राहवेना. ती स्वत: अण्णांसाठी चहा घेऊन गेली आणि खोलीत नीट बघितलं, तर खिडकीत सकाळच्या चहाची रिकामी कपबशी होती. अण्णांना काहीच न बोलता तिनं ही गोष्ट दिलीपच्या कानावर घातली. वयोमानापरत्वे अण्णांना त्यांच्या त्यांनीच ठेवलेल्या वस्तू सापडत नसत किंवा माणसांची नावं आठवत नसत. कधी कुणीतरी सांगितलेला निरोप ते द्यायला विसरत असत, हे घडत होतं. पण आता त्यांची सत्तरी जवळ आलीये तेव्हा या गोष्टी घडणारच म्हणून त्याकडे फारसं लक्ष दिले गेलं नव्हतं. पण सकाळी प्यायलेला चहा तासा-दोन तासांत विसरले असं घडलं नव्हतं, ते आता घडायला लागलं होतं. दिलीपनं त्याच्या डॉक्टर मित्राच्या कानावर हे घातलं, तेव्हा तो म्हणाला, 'अरे, फारसं सीरीयस नसेलही, पण जरा लक्ष ठेवा.'

पण या गोष्टी आता हळूहळू वाढू लागल्या. इतर बाबतीत फारसं नाही; पण खाण्याच्या बाबतीत मात्र नीताला हे त्रासदायक होऊ लागले. अण्णांना कितीही सांगितलं, पटवून दिलं तरी ते त्यांना पटायचं नाही. 'मला खायला दिलं नाही' अशीच त्यांची समजूत असायची. यावर जरी त्यांना त्यांची आधीची कपबशी किंवा ताटली दाखवली तरी त्यावर त्यांचं उत्तर ठरलेलं असायचं. 'अगं, ती कालची ताटली आहे. काल खायला दिलं होतंस ना ती राहिली आहे.' त्यांना वारंवार खायला द्यायलाही नीताची हरकत नव्हती. पण इतकं खाणं त्यांना सोसायचं नाही. मग त्यांची तब्येत बिघडायची. डॉक्टरांनी यावर तोडगा काढला की, 'त्यांना प्रत्येक वेळी थोडंसच खायला द्या म्हणजे निदान त्यांना बाधणार तरी नाही.'

हळूहळू अण्णांनी नवीनच सुरू केलं. ते बाहेर जाऊन खाऊ लागले. मग ते कुठल्याही हॉटेलात, दुकानातून किंवा अगदी हातगाडीवरचेही पदार्थ खाऊ लागले. त्यांच्या खोलीत कुठंतरी कपाटात, गादीखाली किंवा उशीखाली लपवून ठेवलेल्या त्या पुरचुंडीवरून नीताला ही गोष्ट समजली. या सर्वांचा परिणाम त्यांच्या तब्येतीवर होऊ लागला. म्हणून मग दिलीपनं नाईलाजानं अण्णांकडे असलेले पैसे काढून घ्यायला सुरुवात केली. पहिल्यापासूनच अण्णा त्यांच्या खोलीतल्या कपाटात एका ठरावीक जागी पितळी डब्यात त्यांचे पैसे ठेवत असत. मग अण्णा खोलीत नसताना दिलीपनं ते पैसे काढून घेतले. अगदी जुजबी पैसे त्यात ठेवायला सुरुवात केली. सुरुवातीला असं करताना दिलीपला खूपच अपराधी वाटत होतं. एक तर अजूनही दिलीपच्या मनात अण्णांबद्दलचा धाक तसाच होता आणि दुसरं म्हणजे कुठंतरी त्यांना फसवल्यासारखंही वाटत होतं. पण या गोष्टींना पर्याय नाहीये, हे त्याला त्याच्या डॉक्टर मित्रानं समजावून सांगितलं होतं.

या सगळ्यामध्ये नीता तिची मानसिक शांतता गमावून बसायला लागली होती. एक तर अण्णांची सतत बिघडणारी तब्येत, त्यातून ते स्वत:च या गोष्टीला जबाबदार होते. शिवाय दिलीप आणि मुलं दिवसभर आपापल्या कामात, विश्वात मग्न होते. अण्णांशी गाठ पडे ती नीताची! दर थोड्या वेळानं सतत अण्णा समोर उभं राहून खायला मागताहेत, हे पाहाणं नीताला अत्यंत त्रासदायक होत होतं. कितीही त्यांना सांगितलं की

नुकतंच तुमचं खाणं झालं आहे, तरी त्यांना ते पटत नसे. मग नीताचाही पारा चढत असे. अण्णांना वेडवाकडं बोलण्यापासून ती स्वत:ला शक्यतो रोखत असे, पण तीही आता तब्येतीच्या अवघड वळणावर उभी होती, तिला मानसिक शांततेची गरज होती. अशात तिच्या तोंडून कधी कमी-जास्त शब्द गेले, की तिचा तिलाच खूप त्रास होत असे. रात्री मग ते सगळं दिलीपला सांगताना तिला रडू अनावर होत असे. दिलीपच मग तिची समजूत काढत असे, तिला दिलासा देत असे.

अण्णांचं विस्मरण आता झपाट्यानं वाढू लागले. त्यांचं शिकवणं तर आता बंदच झालं. कधीकधी बाहेर गेल्यावर त्यांना घरही सापडत नसे. पण सुदैवानं ते राहत असलेली कॉलनी खूप मोठी होती. गेली ३५ वर्षं सर्वजण तिथं राहत असल्यामुळे लोक एकमेकांना ओळखत होते. अण्णांचा विस्मरणाचा आजार हळूहळू लोकांना माहीत झाला होता. त्यामुळे अण्णा हरवलेल्या चेहऱ्यानं कुठं बसलेले दिसले, तर कुणीतरी ओळखीचं त्यांना हाताला धरून घरी घेऊन यायचं. त्यातूनही गेटवरच्या सर्व पाळीतल्या वाचमननाही दिलीपनं सांगून ठेवलं होतं. त्यामुळे अण्णांना गेटमधून कुणी बाहेर सोडत नसे. शिवाय दिलीपनं अण्णांच्या पाकिटात, शर्टाच्या खिशात त्यांचं नाव, पत्ता, दिलीपचा फोन नंबर असं लिहिलेल्या चिठ्ठ्या ठेवलेल्या होत्या. तरीसुद्धा एक बारीक धाकधूक सतत मनात असेच. आणि आता हा नवीन प्रकार! लोकांकडे खाण्यासाठी पैसे मागणं. ओळखीतील लोकांना सर्व explanation देऊन पैसे परत तरी देता येतील पण अनोळखी लोकांचे काय? आणि आपल्याला कसं कळणार यांनी कुणा, कुणाकडे पैसे मागितले? प्रश्न, प्रश्न आणि प्रश्न!

नेहमीप्रमाणे दिलीप आधारासाठी त्याच्या डॉक्टर मित्राकडे धावला. दोघांनी मिळून असं उत्तर काढलं की आता अण्णांना एकटं बाहेर पाठवायचंच नाही. सकाळ-संध्याकाळसाठी एक मुलगा ठेवायचा जो अण्णांबरोबर बाहेर चक्कर मारून येईल. त्या मित्रानंच आपल्या कंपाऊंडरचा मुलगा - विनोदला - दुसऱ्या दिवसापासून दिलीपकडे पाठवला. तो अण्णांबरोबर रोज बाहेर जात असे. या सगळ्यात खरा तुरुंगवास घडला तो नीताला, कारण आता अण्णांना घरात एकटं ठेवताच येत नसे. त्यामुळे दुसरं कुणीतरी घरात येईपर्यंत तिला बाहेर पडताच येत नसे. या

सगळ्यामुळे घरातल्या शांततेला तडा जाऊ लागला. हे विचित्र बंधन सगळ्यांनाच काचू लागलं. मुलांचं वाढतं वय त्यांचं कॉलेज, अभ्यास, परीक्षा, अगदी मित्र-मैत्रिणींबरोबर फिरणंसुद्धा त्यांच्या मते तितकंच महत्त्वाचं होतं. ते सोडून घरी थांबणं त्यांना शक्य नव्हतं. दिलीपला ऑफीसच्या जबाबदाऱ्या होत्या. राहता राहिली एकटी नीता, पण तिलाही आता हे सगळं असह्य होत असे. यातून थोडीतरी सुटका हवी ही तिची गरज असे. दिलीप त्याच्या परीनं ॲडजेस्ट करायचा प्रयत्न करत असे. तरीसुद्धा दर थोड्या दिवसांनी नीताचा असा स्फोट होतच असे.

अशातच एक दिवस संध्याकाळी फिरायला गेलेले अण्णा कुठंतरी हरवले. म्हणजे खरं तर ते फिरायला गेले ते एकटे नव्हते. विनोद त्यांच्याबरोबर फिरायला जाणारा तो मुलगा होताच. विनोदनं त्यांना कॉलनीतल्या गणपतीच्या देवळात नेलं होतं. खूपदा तो त्यांना तिथं नेत असे. दर्शन घेतल्यानंतर नेहमीप्रमाणे अण्णांना तिथल्या बाकावर बसवून तो प्रदक्षिणा घालायला गेला. परत आला तर अण्णा बाकावर नव्हते. त्यानं आसपास शोधलं, तिथल्या लोकांना विचारलं पण कुणालाच काही सांगता येईना. अर्धा तास त्यांना इथं-तिथं शोधून तो घरी आला आणि त्यानं नीताला हे सांगितलं. तोही खरं तर खूप घाबरलेला होता. नीतानं ताबडतोब दिलीपला आणि मुलांना कळवलं आणि चप्पल चढवून ती परत विनोदबरोबर अण्णांना शोधायला बाहेर पडली. जाता जाता शेजारी जाऊन त्यांनाही या गोष्टीची कल्पना दिली आणि सांगितलं, 'जर अण्णा घरी आले, तर त्यांना तुमच्या घरी बसवून घ्या.'

नीतानं प्रथम सोसायटीच्या गेटवरच्या वॉचमनकडे चौकशी केली, तर नेमकी तीनपैकी एका गेटवर आज कुणीतरी नवाच वॉचमन आला होता जो अण्णांना ओळखतच नव्हता. त्यामुळे त्याच्याकडून काहीच माहिती मिळेना. अण्णांचा फोटो दाखवूनही तो खात्रीपूर्वक काहीच सांगेना की 'हा माणूस गेटमधून बाहेर पडला की नाही.' त्यातून संध्याकाळच्या वेळेस गेटमधून वर्दळही खूप असते. त्यामुळे लक्ष ठेवणं अवघड असतं. तीन-चार तास आसपासच्या सर्व परिसरात शोधून शोधून, दमून दिलीप, नीता, अजित आणि शलाका घरी आले. आणि खिशातल्या चिठ्ठीवरून कुणीतरी नक्की अण्णांना घरी आणून सोडेल, किंवा निदान फोन करून

तरी कळवेल, या आशेवर सर्वजण थकून अंथरुणावर पडले.

दुसऱ्या दिवसापासून सुरू झालं एक भयानक चक्र! मुंबईसारख्या अफाट शहरात अण्णांचा शोध घेणं. सर्व नातेवाईक, ओळखीचे, सगळ्यांना फोन करून विचारून झालं की 'अण्णा तिकडे आले आहेत का! आणि चुकून कुठं दिसले, तर त्यांना घरी घेऊन या.' आता शोधायचं म्हणजे नक्की काय करायचं? कुठं शोधायचं? या रिक्षात आपले अण्णा असतील का? त्या टॅक्सीतला तो माणूस... ते अण्णा असतील का? तो पलीकडच्या रस्त्यावरून चालणारा माणूस? तो हॉटेलातला माणूस अण्णांसारखा वाटला का? विचारांनी डोक्याचा नुसता भुगा होत होता. अण्णा नक्की कुठं असतील! काय खाल्लं असेल, काय प्यायलं असेल? आपण हल्ली त्यांच्याजवळ पैसेही ठेवत नव्हतो. मग त्यांच्या खिशात पैसेही नसणार! फिरून थकल्यावर कुठं झोपले असतील? काय पांघरलं असेल? विचार, विचार आणि विचार! डोळे भिरभिरत होते आणि डोकं विचारांनी भणभणत होतं. आता रस्त्यावरच्या कडेला, दुकानांच्या पायऱ्यांवर, देवळाच्या दारात झोपलेल्या लोकांकडेही वाकून पाहायला सुरुवात केली होती. कदाचित हेच आपले अण्णा असतील.

आत्तापर्यंत पोलिसातही कंप्लेट केली होती. पोलीस मनापासून मदत करत होते. पण त्यांच्याबरोबर हिंडताना जी काही दुनिया दिसत होती त्यानं मनाचे बांध कोसळत होते. अशी दुनिया जी आपल्या सुरक्षित चार भिंतींच्या आतल्या संरक्षित दुनियेपासून कित्येक योजनं दूर होती. बुद्धीला कुठंतरी माहिती होती, येता-जाता डोळ्यांना दिसतंही होती. पण आत्तापर्यंत मन म्हणत होतं, की या दुनियेचा आणि आपला काहीही संबंध नाही. त्यामुळे आपल्या मते अस्तित्वात नसलेली दुनिया!

आसपासच्या झोपडपट्ट्या, सरकारी दवाखान्यातले जनरल वॉर्ड्स, रेल्वे स्टेशनच्या प्लॅटफॉर्मच्या पार टोकाला जमणारी, तिथंच राहाणारी ती माणसं. हे सगळं बघताना दिलीपला त्याच्या बरोबरीनी फिरणाऱ्या त्याच्या चुलत, मावस भावंडांचा आधार घ्यावा लागत होता. नात्यातले प्रत्येकजण आपापल्या परीनं मदत करतच होते. प्रत्येकालाच त्याच्या शालेय जीवनात कुठं ना कुठं अण्णांनी शिकवलं होतं, मदत केली होती, त्यामुळे सगळ्यांना अण्णांबद्दल आपुलकी होती. त्यांच्यावर ही वेळ

आल्याबद्दल प्रत्येकालाच दु:ख होत होतं.

या सगळ्यात खरी परीक्षा आली जेव्हा पोलिसांनी सांगितलं की 'आता आपण सरकारी दवाखान्यातले मॉर्ग (morgue) पाहू यात. तसेच मुंबईतील अशी जी भरकटलेली माणसं, ज्यांना त्यांचा काहीच ठावठिकाणा सांगता येत नाही, त्यांना आम्ही बेगर्स होममध्ये भरती करतो. तिथंही बघून येऊ यात, कारण अण्णांच्या खिशातला नाव, पत्त्याच्या कागद नक्कीच गायब झाला असणार, नाहीतर आत्तापर्यंत तुम्हाला कुठूनतरी फोन आला असता.' दिलीप त्याच्या चुलत भावाबरोबर पोलिसांसमवेत त्या सरकारी दवाखान्यात गेला. तेथील शवागारात टेबलावर दोन बॉडीज झाकून ठेवल्या होत्या, ज्यांच्या नातेवाइकांच्या अजून ठावठिकाणा कळला नव्हता. जीव मुठीत धरून दिलीप तिथं गेला, बरोबर आलेल्या भावानं त्याला पाठीमागून धरलं होतं. पण ते टेबलावरचे दोघंही कुणीतरी वेगळंच होते. अत्यंत घाईनं, जवळजवळ पळतच ते दोघं बाहेर निघून आले. नीता आज पोलिसांबरोबर बेगर्स होममध्ये शोधून आली होती. तिथंही अण्णांचा पत्ता लागला नव्हता. शरीरानं आणि त्यापेक्षाही मनानं अत्यंत थकून दोघंही घरी आले होते.

दिवसागणिक अण्णा सापडण्याची आशा कमी कमी होत चालली होती. पण आजचा दिवस फारच विचित्र गेला होता. त्याचं दडपण दोघांच्याही चेहऱ्यावर दिसत होतं. मुलांसमोर काही चर्चा नको म्हणून दिलीप आणि नीता एकमेकांची नजर चुकवत होते. पण रात्री मुलं झोपायला त्यांच्या खोलीत गेल्यावर कधी नव्हे ते आपल्या बेडरूमचं दार लावून दोघंही पलंगावर बसले होते.

नीता म्हणाली, "कुठं असतील रे आपले अण्णा? खरं सांगू आज त्या बेगर्स होममध्ये दुपारी गेले ना तर तेव्हा त्यांचं जेवण चाललेलं होतं. धुळीनं भरलेला चेहरा, कित्येक दिवसांत पाण्याचा स्पर्श न झालेले कपडे, केसांच्या जटा, अशी ती शून्य नजरेनं जेवणारी माणसं मी पाहत होते. प्रत्येकाच्या समोर उभी राहून 'हे अण्णा तर नाही ना?' असा शोध घेत होते. खरं सांगून दिलीप त्यावेळी मला गेल्या वर्षा दोन वर्षांतील अण्णांबरोबरचे प्रसंग आठवत होते. अण्णा वेळीअवेळी माझ्यासमोर उभं राहून म्हणायचे, 'नीता, अगं मला भूक लागलीये, जेवायला देतेस ना?'

कितीही समजावून सांगितलं ना 'अहो अण्णा, तुमचं जेवण होऊन अर्धा तासही झाला नाहीये. तुम्ही जेवलाहात.' तरी त्यांना ते पटत नसे. ते म्हणायचे, 'अगं, हल्ली तू विसरायला लागली आहेस. जेवताना मला बोलवतच नाहीस.' मग परत माझं समजावणं. कधीकधी मी चिडून त्यांना रागावतही असे रे. क्वचित प्रसंगी मनातल्या मनात काहीतरी टाकूनही बोलत असे. पण आज त्या बेगर्स होममधल्या पंगतीत अण्णा तुम्ही मला नका हो दिसू! असा मी मनात टाहो फोडत होते.'' असं म्हणून नीतानं हमसाहमशी रडायला सुरुवात केली. तिला जवळ घेत दिलीप म्हणाला, ''नीता तू त्यांची सून आहेस, मी तर त्यांचा रक्ताचा मुलगा आहे ना? पण आज मी जेव्हा त्या मॉर्गमध्ये गेलो ना, आत त्या हॉलमध्ये टेबलावर दोन बॉडीज झाकून ठेवल्या होत्या. तुला माहित्येय त्यांच्या जवळ जाताना मी मनात काय विचार करत होतो? 'यापैकी एक तुम्ही असा अण्णा!' लाज, लाज वाटतीय गं मला. माझ्या विचारांची! पण ही अनिश्चितता मला आता सहन होत नाही. परवा रस्त्यात एका वेड्याच्या मागे झोपडपट्टीतील मुलं लागली होती. कुणी त्याला हातातल्या पट्टीनं मारत होते, दगड मारत होते, ढकलूनही दिल गं त्याला! हे बघताना अण्णाचं काय झालं असेल?... या कल्पनेनंही मनाचा थरकाप उडाला होता. त्यापेक्षा हे निश्चित उत्तर स्वीकारायला मला सोपं जाणार आहे.'' असं म्हणून दिलीप नीताच्या कुशीत कोसळला आणि ढसढसा रडायला लागला.

पोलिसांच्या सल्ल्यानुसार आज पेपरमध्ये 'हरवले आहेत' अशी जाहिरात दिली होती. यातही पोलिसांनी दिलीपला सावधगिरीची सूचना दिली होती, की सकाळी पेपर बाहेर पडल्याबरोबर कदाचित तुम्हाला फोन यायला लागतील- 'हा इसम आमच्या इथं आहे, तरी तुम्ही अमुक एक रक्कम घेऊन या आणि त्यांना घेऊन जा.' तुमच्या नाजूक मन:स्थितीचा फायदा उठवणारेही महाभाग असतात. त्यामुळे तुम्ही कुठंही एकटे जाऊ नका. हवं असेल, तर आमचा एक माणूस आम्ही तुमच्याबरोबर देतो.' पण असा किंवा कुठलाच फोन त्या दिवशी आला नाही. पण दोन दिवसांनी मात्र जुन्नरजवळच्या एका गावाहून सदानंद एलगुडकर नावाच्या माणसाचा फोन आला आणि 'तुम्ही जाहिरातीत दिलेल्या फोटोतला

माणूस आमच्या घरी आहे' अशी माहिती दिली. दिलीपनं त्याच्याकडून पत्ता नीट समजावून घेतला आणि संध्याकाळपर्यंत मी पोचतोच आहे, असं सांगितलं.

कितीतरी दिवसांनी घरातल्या चौघांनी एकत्र बसून हसऱ्या चेहऱ्यानं नाष्टा केला. दुपारच्या एस.टी.नं दिलीप जुन्नरला जायला निघणार होता. अण्णांसाठी एक वेगळी बॅग भरून द्यायची नीताची गडबड चालली होती. अण्णांना बदलायला कपडे लागतील, येताना वारं लागू म्हणून शाल, अंघोळीकरता टॉवेल, एस.टी.त भूक लागली, तर थोडं खायला, असं काय काय आठवून आठवून ती त्या बॅगेत टाकत होती. मध्येच लक्षात येऊन दिलीपच्या बॅगेत तिनं अण्णांचे सगळ्या फॅमिली बरोबरचे काही फोटोही टाकले.

संध्याकाळी पाच वाजता दिलीप जुन्नर बस स्टँडवर उतरला. लहान मुलाच्या उत्सुकतेनं त्याचे डोळे अण्णांना शोधत होते. तेवढ्यात एका जराशा गावंढळ माणसानं 'आपण दिलीप देसाई का?' म्हणून हटकलं, तोच तो सदानंद एलगुडकर होता. त्यानं दिलीपला त्याच्या मोटारसायकलवर जुन्नरपासून थोडं दूर असलेल्या त्याच्या घरी नेलं. गावापासून थोडासा दूर एका बाजूला असलेला मोठा वाडा होता तो. दिंडी दरवाजा ओलांडून दिलीप आत अंगणात आला. अंगणात मधोमध तुळशी वृंदावन होते, त्यातली तुळस चांगलीच तरारलेली होती. डावीकडे नळ होता.

उजवीकडे एका झाडाखाली खाट टाकलेली होती, त्यावर कुणीतरी शाल लपेटून बसलेलं होतं. तोवर आवाज ऐकून आतून एक-दोघेजण बाहेर आले. दिलीपनं नमस्कार करून आपली ओळख सांगितली आणि अधीरपणे विचारले, "आमचे अण्णा कुठेत?" त्यावर त्यातल्या एकानं त्या खाटेवर शाल लपेटून बसलेल्या व्यक्तीकडे बोट दाखवलं. अविश्वासानं पुढे होऊन दिलीपनं नीट निरखून बघितलं, तर खरंच ते अण्णा होते. गेल्या वीस-पंचवीस दिवसांच्या वणवणीची छाया त्यांच्या चेहऱ्यावर होती. पण त्यांचं लक्ष कुठंतरी दुसरीकडंच होतं. दिलीपनं पुढे होऊन त्यांना एकदम मिठी मारली. "अण्णा, अण्णा..." पुढे त्याला काही बोलवेच ना. तो फक्त त्याचं सगळं अंग हातानं चाचपत होता. जणू ते संपूर्ण, एकसंघ आहेत ना हेच पाहत होता किंवा स्पर्शानं त्यांना पिऊन

अण्णा, माझं चुकलं का ? / १६३

घेत होता.

गेले पंचवीस दिवस त्याच्या डोळ्यातून अश्रू वाहत होते. अचानक त्याच्या लक्षात आलं की अण्णा काहीच बोलत नाहीयेत किंवा त्यांनी आपल्याला जवळही घेतलं नाहीये. तशी एकदम तो दूर होऊन अण्णांकडे पाहू लागला. अण्णा मात्र दिलीपच्या आरपार पाहत होते. हो! अण्णांच्या डोळ्यांत अजिबात ओळख नव्हती. हे जाणवून दिलीप त्यांना हलवून हलवून म्हणत होता. ''अण्णा, अण्णा, मी आलोय, दिलीप, तुमचा दिलीप, दिलू, तुमचा लाडका दिलू... तुम्हाला न्यायला आलोय. चला आपण आपल्या घरी जाऊ. नीता, अजित, शलाका सगळे तुमची वाट बघतायत. अण्णा, अण्णा चला ना उठा, चला आपल्या घरी.'' अण्णा फक्त कोऱ्या, अनोळखी नजरेनं दिलीपच्या आरपार पाहत होते. हा धक्का मात्र दिलीपच्या सहनशक्ती पलीकडचा होता. त्यानं तिथंच जमिनीवर बसकण मारली आणि हुंदके देऊन रडू लागला. सदानंदानं त्याला धरून उठवलं आणि वरती ओटीवर नेऊन बसवलं, प्यायला पाणी दिलं.

थोडासा शांत झाल्यावर दिलीपनं प्रथम नीताला फोन करून अण्णा सापडल्याची बातमी दिली. नीता अधीरपणे त्याच्या फोनची वाटच बघत होती. अण्णांनी आपल्याला न ओळखल्याचं मात्र तो काही बोलला नाही. एका तेरा-चौदा वर्षांच्या मुलीनं आतून 'चहा आणि थोडं खायला आणून दिलं.' ''घ्या दिलीपराव, दमला असाल.'' असं म्हणून सदानंदानं आपल्या घरातल्या सगळ्या लोकांची ओळख करून दिली. सदानंदाचे आईवडील, एक मोठा भाऊ त्याची फॅमिली, सदानंदाची फॅमिली, एक विधवा आत्या असा बराच मोठा गोतावळा त्या वाड्यात राहत होता. सर्वजण अगदी साधी, सज्जन माणसं होती. त्यांच्याकडून कळलेल्या माहितीनुसार दहा दिवसांपूर्वी तिन्ही सांजेला अण्णा त्यांच्या वाड्याच्या दारात अचानक येऊन उभे राहिले होते. त्यांची ती अवस्था बघून आबासाहेबांनी, सदानंदाच्या वडिलांनी त्यांना आतमध्ये आणून खायला-प्यायला दिलं. रात्री ओसरीवर अंथरूण घालून दिलं. दुसऱ्या दिवशी गड्याकरवी त्यांना अंघोळ वगैरे घालून चांगले कपडे घातल्यावर त्यांच्या लक्षात आलं, की हा कुणीतरी चांगल्या घरचा भला माणूस आहे. त्यांनी अण्णांकडून माहिती घ्यायचा बराच प्रयत्न केला. पण अण्णांना स्वतःच्या

नावापलीकडे इतर काहीही आठवत नव्हतं. त्यामुळे त्यांना त्यांच्या माणसांपर्यंत कसं पोचवावं याच विचारांत सर्वजण होते. तसा या भल्या माणसाचा घराला काहीही उपद्रव नव्हता. दोन वेळा चहा, नाष्टा आणि दोन वेळच्या जेवणापलीकडे त्यांचं काहीही करावं लागत नव्हतं. तेसुद्धा त्यांना हाताला धरून घरात नेऊन जेवायला बसवलं, की ते शांतपणे जेवत असत. आपणहून कधीही काहीही मागत नसत. अधूनमधून अंगणात फेऱ्या मारत राहत.

आबासाहेब दिलीपला म्हणाले, ''दिलीपराव, अहो आमचे मेव्हणे फार तरुणपणीच वारले. या सदानंदाच्या आईला वाटतंय की तिचा तो भाऊच यांच्या रूपानं बहिणीकडे परतून आलाय. त्यामुळे त्यांचं खाणं-पिणं करताना आमच्या मंडळींना फार समाधान वाटतंय. तर दिलीपराव आता आज रात्री तुम्हीपण आमच्यात रहा. सकाळी नाष्टाबिष्टा करून मग तुमच्या अण्णांना तुम्ही घेऊन जावा.'' नंतरच्या गप्पा मग अण्णांच्या कॉमन धाग्यावरून खूप रंगल्या.

नीतानं अण्णांच्या बॅगेत टाकलेले फॅमिली फोटो सगळ्यांना दाखवून दिलीपनं आपल्याही फॅमिलीची त्यांना ओळख करून दिली. अण्णांचा शिक्षकी पेशा आणि गणिताचं प्रेम सांगताच आबासाहेब एकदम म्हणाले, ''तरीच दिलीपराव, अहो अण्णांना त्यांच्या नावाशिवाय काहीही आठवत नव्हतं. आम्ही विचारायचा खूप प्रयत्न केला पण अण्णा नुसते टुकूटुकू आमच्याकडे बघत राहायचे.

एका सकाळी आमची नातवंडं ओसरीवर अभ्यास करत बसली होती. अण्णा अंगणात फेऱ्या मारत होते. ते अचानक आत आले आणि मुलांचा अभ्यास घेऊ लागले. बाकी इतर काहीही न बोलणारे अण्णा मुलांचा अभ्यास मात्र बिनचूक घेतात. पोरंही फार खूष आहेत त्यांच्या शिकवण्यावर! त्या दिवसापासून आम्हाला या पोरांना अभ्यासाला बसा म्हणून सांगावं लागलं नाही. ती आपणहून दप्तरं घेऊन अण्णांकडे जातात. गंमत म्हणजे ते सगळ्या मुलांना अजित आणि मुलींना शलाका म्हणतात. त्यांची नावं काही अण्णांच्या लक्षात राहत नाही. पण शिकवण्यात काहीही चूक होत नाही. या सगळ्याचा उलगडा आता झाला.'' रात्री अंथरुणावर पडल्यावर दिलीपला वाटलं गेल्या चार-पाच तासांत ही

सगळी मंडळी किती आपलीशी वाटायला लागली आहेत. या विचारातच त्याचा डोळा लागला.

सकाळी दिलीपला जरा उशिराच जाग आली. खूप दिवसांनी तो असा, गाढ झोपला होता. परतायला एस.टी. दर दोन तासांनी असल्यामुळे तशी काही काळजी नव्हती. आवरून बाहेर आला, तर अण्णा अंघोळ करून कपडे बदलून अंगणात फेऱ्या मारत होते. एकदम फ्रेश दिसत होते. परत एकदा दिलीपनं त्यांच्याशी बोलायचा प्रयत्न केला. पण अण्णांची नजर तशीच अनोळखी होती. माहिती असूनही परत काळजात कळ उठली. पण आता अण्णांना घरी नेण्याचा उत्साह होता. खाऊन पिऊन, तयारी करून दिलीपनं परत परत आबासाहेबांचे आणि त्यांच्या घरच्यांचे आभार मानले, त्यांच्या पाया पडून त्यानं अण्णांचा हात धरला आणि त्यांना हळूहळू चालवत तो निघाला. सदानंदाकडं सर्वजण दारापाशी निरोप देण्यासाठी जमले होते. दिलीपचंही मन भरून आलं.

बाहेर रस्त्यावर येऊन तो कोपऱ्यापर्यंत आला आणि त्याला जाणवलं अण्णांची चुळबुळ सुरू झालीये. अण्णा त्यांचा हात सोडवून घ्यायच्या प्रयत्नात आहेत. एका हातातली बॅग खाली ठेवून त्यानं विचारलं. ''काय झालं अण्णा?'' तशी अण्णांनी आपला हात त्याच्या हातातून सोडवून घेतला आणि ते परत फिरले. वाड्याच्या दरवाजात अजूनही ती मंडळी उभी होती. अण्णा दिलीपकडे पाठ फिरवून वाड्यात, आत निघून गेले आणि आपल्या खाटेवर जाऊन बसले. कुणालाच काही कळेना. दिलीपसह सर्वजण परत वाड्यात आले.

आबासाहेब म्हणाले, ''दिलीपराव, घाई करू नका. अण्णांच्या कलानं घ्या. आत्ता राहू द्या. जरा वेळानं बघू.'' तो पूर्ण दिवस असाच गेला. दिवसातून तीनदा या प्रसंगाची पुनरावृत्ती झाली. दरवेळी अण्णा कोपऱ्यावरून परत फिरायचे आणि खाटेवर येऊन बसायचे. रात्री जेवणं झाल्यावर दिलीप अण्णांच्या खाटेवर त्यांना कसं आणि काय समजावावं या काळजीत बसला असताना आबासाहेब आले आणि दिलीपच्या पाठीवरून प्रेमानं हात फिरवत म्हणाले, ''दिलीपराव, तुम्ही मला मुलासारखे आहात. रागावणार नसलात तर एक सुचवू का? तुम्ही बघितलंच देवाच्या दयेनं आम्हाला काही कमी नाही. भला थोरला वाडा आहे, शेतीभाती

आहे. आमचा बारदानाही मोठा आहे. शेतीमुळे घरात गडीमाणसंही आहेत. त्यात हे एक आणखी माणूस आम्हाला जड नाही. तसंही आमच्या मंडळींनी यांच्याशी भावाचं नातं जोडलंय, तर तसा यांचा हक्कच बनतो आमच्यावर. माझं म्हणणं आहे, राहू द्या अण्णांना थोडे दिवस आमच्याकडे, कशाला उगीच जबरदस्ती करता? उद्या तुम्ही एकटेच परत जा. थोडे दिवसांनी या परत त्यांना न्यायला तेव्हा बघू. तसंही तिथं शहरात या अशा माणसाला तुम्ही कसं सांभाळणार आहात? ते आपणहून इथं राहायला आलेत. हा काहीतरी आमचा गेल्या जन्मीचा देण्या-घेण्याचा व्यवहार राहिलेला असणार, तो पुरा होतोय. आपण फोनवरून एकमेकांच्या संपर्कात राहूच. तुम्ही जेव्हा मनाला येईल, तेव्हा इथं या. पण मला वाटत आत्ता तरी त्यांच्यावर बळजबरी करू नका. बघा विचार करा, झोपा आता, उद्या ठरवू.''

धुरळा उडवत एस.टी. धावत होती. खिडकीच्या गजावर डोकं ठेवून दिलीप बसला होता. मनात खळबळ माजली होती. त्याचं त्यालाच कळत नव्हतं. आपण करतोय ते चूक की बरोबर? आई वारली तेव्हा दिलीप जेमतेम अठरा वर्षांचा होता. तेव्हापासून तो आणि अण्णा एकमेकांना जपत, सांभाळत होते. नीतानंही अण्णांना जीव लावला होता. गेल्या दोन-तीन वर्षांपूर्वीपर्यंत सगळं छान होतं. गेले काही महिनेच जरा परीक्षा बघणारे होते. कधी नव्हे ते अण्णांचा अधून-मधून राग येत असे. ऑफीसच्या टेन्शनमध्ये परत हे अण्णांचे विस्मरणाचे टेन्शन नको वाटत असे. अण्णा, नीता, त्यांच्या तक्रारी ही सगळी सर्कस कधीकधी असह्य होत होती. क्वचित कधीतरी अगदी वैतागाच्या क्षणी, 'यातून सुटका कधी आणि कशी होणार?' असंही वाटलं होतं. तरीसुद्धा कुणा अगदी परक्या माणसांकडे अण्णांना असं सोपवून येताना खूप अवघड वाटत होतं. त्याचं त्यालाच कळत नव्हतं. अण्णांची जबाबदारी कुणीतरी उचलल्यानं हलकं वाटतंय, की अण्णांनी आपल्याला ओळखलंही नाही आणि त्या परक्या लोकांना आपलं मानलं याचं दु:ख जास्त होतंय? अण्णांची ती कोरी, अनोळखी नजर त्याचा पाठलाग सोडत नव्हती. खिडकीतून येणारा वाराही दिलीपचे अश्रू पुसू शकत नव्हता.

□□

१३.
स्वत्त्व

नंदिनी तयार होऊन आरशापुढे उभी राहिली. सकाळपासून पन्नासवेळा आलेला विचार परत नव्याने तिच्या मनात आला. "जाऊ दे, नकोच जायला. प्रदीप आणि जयाला फोन करून काहीतरी कारण सांगून देऊयात आणि हे जाणंच कॅन्सल करून टाकूयात." अजून पाच मिनिटांत तिने हा विचार अमलातही आणला असता, पण त्या आधीच प्रदीप आणि जया तिला घेऊन जाण्यासाठी आले आणि तिघेही खाली उतरले. एका छोट्याशा हॉलमध्ये गोलाकार खुर्च्या मांडल्या होत्या. २०/२५ जण त्यावर बसून कुठल्यातरी नाटकावर जोरजोरात चर्चा करत होते. नंदिनीची मन:स्थिती जाणून घेऊन जयाने तिला थोड्या मागच्या खुर्चीवर बसवले, ज्यामुळे ती फारशी कुणाच्या नजरेत येणार नाही. ती मीटिंग संपताना जयाने नंदिनीची फॉर्मल ओळख करून दिली. सर्वांनी टाळ्या वाजवून तिचे स्वागत केले आणि "आमच्या या विरंगुळा क्लबमध्ये जरूर जॉईन व्हा" असे प्रेमळ आमंत्रणही दिले. रात्री नऊच्या सुमारास नंदिनी जेव्हा घरी आली तेव्हा तिला खूप हलकं वाटत होतं. क्लबमध्येच खाणं झालं असल्यामुळे जेवणाचा प्रश्नच नव्हता. कपडे बदलून, आवरून दिवे बंद करून नंदिनी अंथरुणावर पडली. आजची संध्याकाळ ती परत एकदा सगळी आठवून बघत होती. जणू replay चं बटणंच दाबलंय. ती नाटकावरची चर्चा, इतर गप्पा मारणारे ते लोक! सगळं सगळं नव्याने परत एकदा बघत होती. खूप मोकळं आणि छान वाटत होतं नंदिनीला! खूप वर्षांनंतर अगदी वेगळ्याच, अनोळखी लोकांबरोबर वेगळ्याच कुठल्यातरी विषयांवर गप्पा झाल्या होत्या. तशी नंदिनी तिथे स्वत: काहीच बोलली

नव्हती, पण इतर जे बोलत होते ते तिने सर्व हळूहळू enjoy केले. तसं सुरुवातीला खूपच ऑकवर्ड वाटत होतं. ‘‘आपल्याला कुणी काही विचारेल की काय? आणि जर विचारलंच तर आपल्याला नीट मुद्देसूद बोलता तरी येईल का?’’ या प्रश्नांच्या दडपणाखाली नंदिनी अगदी कावरीबावरी झाली होती. पण तिथे मुद्दामहून कुणीच तिला काही विचारले नाही. तशी मग तीही सैलावून बसली. हळूहळू ती त्या चर्चेत रंगून गेली. हे सर्व आठवताना अचानक नंदिनीच्या मनात आले, ‘‘सौरभला जाऊन सहाच महिने झालेत आणि मी अशी बाहेर लोकांत मिसळायला लागले, हे बरोबर आहे का? लोक काय म्हणतील? मी काही चुकीचं वागले का?’’

सौरभ-नंदिनीचा नवरा– सहा महिन्यांपूर्वी फुफ्फुसांच्या कॅन्सरने गेला होता. खरं तर चारचौघासारखा सुरळीत संसार झाला होता त्यांचा! सौरभ, नंदिनी आणि त्यांची एकुलती एक कन्या सुनयना. सौरभ एका मल्टीनॅशनल कंपनीत बऱ्यापैकी मोठ्या पोस्टवर होता. सुनयना खूप ब्रिलियंट नाही पण ७० ते ८० टक्के मिळवणारी मुलगी होती. पोस्ट ग्रॅज्युएशन झाल्या झाल्या तिने तिच्याच आवडीच्या शंतनू कुलकर्णीशी लग्नगाठ बांधून घेतली होती. पहिल्या तीन चार वर्षात दोघांचेही इगोचे कंगोरे घासून पुसून एकमेकांत फिट्ट बसले होते व त्यांचा संसार सुरळीत सुरू झाला होता. ‘ध्रुव’ हा गोड नातूही त्यांनी नंदिनीला दिला होता. आता नातवाशी खेळण्यात आणि जरा स्वतःचे छंद जोपासण्यात वेळ घालवूयात असा विचार मनात येईतो सौरभच्या कॅन्सरचे निदान झाले. पुढची ४/५ वर्षे नंदिनीने स्वतःला सौरभशी पूर्णपणे बांधून घेतले होते. डॉक्टरांची ट्रीटमेंट आणि नंदिनीने जीवाभावाने केलेली शुश्रूषा असा सर्व कडेकोट बंदोबस्त असूनही सहा महिन्यांपूर्वी सौरभ सगळ्यांना सोडून गेला होता. नंदिनी तर सैरभैरच होऊन गेली. कारण पूर्ण आयुष्य, विशेषतः गेली पाच वर्षे, नंदिनीने सौरभ सोडून काहीही विचारच केला नव्हता. त्यामुळे आता या मिळालेल्या रिकामपणाचं, दिवसाच्या २४ तासांचं काय करावं तेच नंदिनीला कळत नव्हतं. पहिला महिना तर जणू ती बधिरावस्थेतच होती. कुणी पुढे केलं तर जेवत होती, अंथरुणावर नेऊन निजवलं की झोपत होती. पण महिनाभरानंतर सुनयनाचाही नाइलाज

झाला. मुलाची, 'ध्रुवची', शाळा सुरू झाल्यामुळे तिला तिच्या घरी जाणे भागच होते. एके रात्री सुनयना व शंतनूने नंदिनीशी बोलून स्वत:च्या घरी जाण्याची परवानगी मागितली. शंतनूने नंदिनीला खूप धीर दिला. तिला म्हणाला की "आई, मला विश्वास आहे की तुम्ही एकट्या व्यवस्थित राहू शकाल. ज्या क्षणी तुम्हाला वाटेल की 'मला हे जमत नाही' त्या क्षणी तुम्ही आमच्याकडे राहायला या. आमचं दार तुमच्यासाठी कायम उघडं आहे. पण मला खात्री आहे की ती वेळ येणारच नाही. कारण तुमच्या स्वत:मध्ये innerpower खूप आहे, जी कधी तुम्ही अजमावून बघितलीच नाहीत. ती explore करा. दुर्दैवाने ही अशी एकटीच राहण्याची वेळ तुमच्यावर यायला नको होती. पण आता मात्र न भिता या एकटेपणाला सामोऱ्या जा. तुमचं आयुष्य तुमच्या मनाप्रमाणे आखा. आम्ही आहोतच तुमच्यासाठी."

मग नंदिनीचं एकटीचं आयुष्य सुरू झालं. प्रथम तर तिला भांबावायलाच झालं, 'फक्त माझा स्वत:चाच विचार करायचा? इतरांची सोय, आवड, वेळ काहीच नाही बघायची? म्हणजे कसं जगायचं? कल्पनेच्या पलीकडचाच विचार आहे हा!' पण मग तिने हळूहळू स्वत:ला सावरले. प्रथम स्वत:चा दिनक्रम नीट आखून घेतला. सकाळी उठून फिरायला जाऊ लागली. आल्यावर अगदी छान निवांत गॅलरीत बसून पेपर वाचत चहा पिऊ लागली. आता तिच्या लक्षात आले की 'अरेच्या, ताज्या दुधाच्या चहाला इतकी छान चव असते?' कारण आयुष्यभर चहाचा कप ओट्यावर ठेवून काम करता करता चहा घेतलेला. त्यामुळे त्याची चव अनुभवायची राहूनच गेली होती. त्यानंतर मग स्वत:चे आवरणे, स्वयंपाक करणे, इतर छोटी मोठी कामे यात सकाळ संपून जात असे. परत थोडी विश्रांती, वाचन; संध्याकाळी बाजारात, लायब्ररीत एखादी चक्कर मारली की दिवस संपत असे. सुरुवातीचे काही महिने स्वातंत्र्य चाखत माखत उपभोगण्यात गेले. सुनयना व शंतनू दर आठवड्याला चक्कर मारतच होते. त्यांना पूर्ण आठवड्याचा रिपोर्ट नंदिनी देत असे. शंतनू दर वेळेला नंदिनीला boost up करत असे. तिच्या छोट्या छोट्या अचीव्हमेंटस कौतुकाने ऐकत असे. अशातच एकदा प्रदीप आणि जया

आले आणि नंदिनीला त्यांचा विरंगुळा क्लब जॉईन करण्याचा आग्रह करू लागले. सुरुवातीला नंदिनीने उडवूनच लावले. पण मग शंतनूनेही आग्रह केला तशी ती तयार झाली आणि आज ती खरं तर नाइलाजाने जाऊन आली. पण आता अंथरुणावर पडल्यावर या सगळ्याचा आढावा घेतला, तेव्हा नंदिनीच्या लक्षात आलं, की अशा काहीतरी outlet ची तिला हल्ली गरज भासायला लागली होती. सुरुवातीचे काही दिवस एकटं राहण्यातलं सुख, स्वातंत्र्य अनुभवून झालं. ते आवडलंही. पण ३/४ महिन्यांनंतर त्यातलं नावीन्य संपून आता एकटीला कंटाळा यायला लागला होता. आता स्वत:शीच मन रमत नव्हतं. कुठेतरी बाहेर पडून इतरांच्यात मिसळावंसं वाटू लागलं होतं. पण हे बोलून दाखवायचं धाडस होत नव्हतं. पण आज प्रदीप आणि जयामुळे हे शक्य झाले होते. या आनंदातच नंदिनीचे डोळे मिटले.

हळूहळू नंदिनी विरंगुळा क्लबमध्ये छान रमली. तिथल्या चर्चांच्या निमित्ताने वेगवेगळ्या विषयांवर वाचू लागली. स्वत:ची मतं मांडू लागली. एक एक करत तिने तिथल्या सगळ्यांशी ओळखी करून घेतल्या. या सगळ्यात नंदिनीला स्वत:ची एक वेगळीच ओळख होऊ लागली. जिचं वाचन चांगलं होतं. चतुरस्त्र होतं. जिचे विचार स्वच्छ होते, जिला आपले विचार चारचौघात व्यवस्थित मांडता येत होते आणि सर्वात महत्त्वाचं म्हणजे तिला स्वत:चं मत होतं. आजवरच्या आयुष्यात, स्वत:चं मत मांडायची तिला कधी संधीच मिळाली नव्हती. नाही, सौरभ तसा वाईट नव्हता. पण सौरभ आणि त्याचे आईवडील अतिशय उच्चशिक्षित होते. त्यांच्या मानाने नंदिनी कमी शिकलेली म्हणजे फक्त ग्रॅज्युएट होती. त्यामुळे लग्न झाल्यापासून तिच्या मनावर त्यांच्या हुशारीचं दडपण होतं. त्यामुळे सुरुवातीला तिने आपलं मत कधी मांडलं नाही आणि मग तिला तिचं असं काही मत नसणार हे गृहीतच धरलं गेलं होतं. सुनयना जसजशी मोठी होऊ लागली तेव्हा एकदा नंदिनीला आशा वाटली होती की आपल्या बाजूने बोलायला कुणीतरी आहे. पण सुनयना तिच्या जगात मशगूल होती. अभ्यास, करियर, मैत्रिणी, एक्स्ट्रॉ करीक्युलर ॲक्टीव्हिटीज! मग नंदिनीनेही मुद्दाम काही प्रयत्न केलाच नाही. तसाही तिचा स्वभाव जे सामोरे येईल त्याला निमूट शरण जाण्याचाच होता.

आता मात्र नंदिनी हळूहळू खुलू लागली. विरंगुळा क्लबच्या सभासदांबरोबर नाटक, सिनेमा पाहू लागली. एखादी गाण्याची मैफल, एक्झिबिशन यांना हजेरी लावू लगाली. दर ३/४ महिन्यांनी त्यांची पिकनिकही असे. अशाच एका पिकनिकमध्ये श्रीपाद सालपेकर, अशोक आणि ज्योती हे पाटील पती-पत्नी आणि नंदिनी असा ग्रुप जमला. चौघांच्याही आवडी निवडी, विचार खूपसे जुळत होते. मग त्या चौघांचाच असा ग्रुप तयार झाला. ते विरंगुळा क्लबव्यतिरिक्त एकत्र जमू लागले. सिनेमा, नाटक बघू लागले. एकमेकांची कंपनी enjoy करू लागले. कधी कधी कुणा एकाच्या घरी बसून कॉफी पीत गप्पा मारत बसत. वेळेला तावातावाने चर्चा करत. एकमेकांची खूप चेष्टा करत. कधी गरज पडली तर एकमेकांच्या अडचणीत मदत करत. सल्ला देत. या सर्व गोष्टींचा नंदिनीवर कळत नकळत खूप परिणाम होत होता. नंदिनीच्या राहणीत नीटनेटकेपणा आला होता. तशीही ती व्यवस्थित असायचीच. पण आता जरा ती स्वत:ला वेळ देऊ लागली होती. तिच्या बोलण्यातही आता कॉन्फिडन्स जाणवत असे. सौरभ गेल्यानंतर सुरुवातीला अगदी प्रत्येक गोष्ट ती सुनयना व शंतनूला विचारून, सांगून करत असे. आता, बरेचसे डिसिजन ती स्वत:च घेऊन ते पारही पाडत असे. सुरुवातीला अगदी मोबाईलचं बिल कुठे भरू, बँकेतून किती पैसे काढू? असेही प्रश्न ती सुनयनाकडे नेत असे. आता मात्र घराचे पडदे बदलायचे होते. तर चार दुकानं हिंडून कापड सिलेक्ट करण्यापासून ते पडदे शिवून घेऊन खिडक्यांवर चढवेपर्यंतचे सर्व व्याप तिनेच पार पाडले. नवीन पडदे बघून सुनयनाच्या भुवयाच उंचावल्या. तिच्या मनात आले, 'गेल्या २/३ वर्षात आईने भलतीच प्रगती केलीये!' तिने उघड फक्त विचारले, ''आई, पैशांचा नीट विचार केलास ना?'' खरं तर पैशांची काळजी करावी अशी काही परिस्थिती नव्हती. सौरभच्या मागे नंदिनीच्या नावे पुरेसा पैसा होता. शंतनूने मात्र त्या पडद्यांचे खूप कौतुक केले. म्हणाला, ''बघा आई, मी तुम्हाला म्हणालो होतो की नाही-तुम्ही मनाने खूप खंबीर आहात. स्वत: डिसिजन्स घेऊ शकाल. मस्त वाटलं. अशाच बिनधास्त राहा. आम्ही आहोतच.''

अचानक पाटील पती-पत्नीचं सहा महिन्यांसाठी अमेरिकेला मुलाकडे

जाण्याचं ठरलं. त्यांना विरंगुळा क्लबतर्फे छोटासा सेंडऑफ दिला आणि अशोक आणि ज्योती पाटील अमेरिकेला मुलाकडे गेले. परत एकदा नंदिनी सैरभैर झाली. कारण आता त्यांचा चौघांचा ग्रुप मोडला. तिला पदोपदी त्या दोघांची आठवण येत होती. कारण आता नंदिनी, सालपेकर आणि पाटील पती-पत्नी या चौघांचे एकत्रपणे होणारे सगळे कार्यक्रमच बंद झाले. नंदिनीला तर विरंगुळा क्लबमध्येही जावेसे वाटेना. दोन कार्यक्रमांना ती गेलीच नाही. हिरमुसून घरीच बसून राहिली. एक दिवस अचानक सालपेकर नंदिनीच्या घरी आले. थोड्या वेळ गप्पा, कॉफी पिणं झालं. तशी मग सालपेकर म्हणाले, ''पेंटींग्जचं छान एक्झिबिशन लागलंय, जायचं का?'' नंदिनीला काय उत्तर द्यावं ते सुचेचना! ''आपण दोघंच?'' तिने नकळत विचारले, तशी सालपेकर हसून म्हणाले, ''हो तर? काय हरकत आहे? आता ते दोघं ६/८ महिने येणार नाहीत. तोपर्यंत काय आपण फक्त त्यांची वाट बघत बसायची का? आपण आपले कार्यक्रम चालूच ठेवू. ते दोघं नसण्याने काय फरक पडतोय? ते आले की आपल्याला जॉइन होतीलच की!'' खरं तर नंदिनी आधी बावचळलीच होती. पण क्षणभराने तिने डिसिजन घेतला आणि तयार होण्यासाठी ती आत गेली आणि मग पूर्वीइतके सतत नाही तरी पण नंदिनी आणि सालपेकर दोघे एकत्र जाऊ लागले. दोघेही एकमेकांशी मनातलं बोलू लागले. श्रीपाद सालपेकरही एकटेच होते. त्यांची पत्नी दहा वर्षांपूर्वी काहीशा आजाराने निवर्तली होती. त्यांना मूलबाळ नव्हतेच. त्यामुळे तसे ते 'एकटा जीवच' होते. सालपेकर नोकरीनिमित्ताने भरपूर देशांमध्ये हिंडलेले होते. खूप निरनिराळ्या लोकांशी त्यांचा संपर्क आला होता. तसंच त्यांचं अवांतर वाचनही दांडगं होतं. या सगळ्यामुळे त्यांच्याकडे बहुश्रुतता होती. त्यामुळे त्यांच्याशी गप्पा मारणं हा नंदिनीसाठी एक आनंद होता. सगळ्यात महत्त्वाचं म्हणजे त्यांचा स्वभाव! ते प्रत्येकालाच व्यवस्थित मान देत असत. इतरांच्या मताचा आदर करीत असत. आयुष्यात प्रथमच नंदिनीला असा अनुभव येत होता. सौरभ व त्याचे आईवडील नंदिनीशी जरी कधी वाईट वागले नव्हते तरी त्यांनी तिच्या मताला, तिच्या विचारांना कधी किंमतही दिली नव्हती. ''तुला काय कळतंय? तुझी बुद्धीची इतकी झेप तरी आहे का? तुझं शिक्षण ते काय?

बाहेर जगात काय चालतं ते तुला घरी बसून काय कळणार?'' इ. इ. मते त्यांच्या मनात इतकी रुजली होती, की जरी हे सर्व ते तोंडाने बोलत नसले तरी त्यांच्या नजरेतून आणि देहबोलीतून ते नंदिनीपर्यंत नीट पोचत असे. त्यामुळे नंदिनी हळूहळू कोमेजून गेली होती. पण तेच गेल्या २/३ वर्षांत सालपेकर तिच्या आयुष्यात आल्यामुळे तिचे मन आता उमलू लागले होते. तिच्या वागण्या बोलण्यात एक वेगळाच आत्मविश्वास आला होता. तिची राहाणीही बदलली होती. तिची कपड्यांची आवडही उच्च अभिरुचीची होती. हे सर्व तिच्या वागण्यात उमटत होते. सुनयनाने दोन चारदा हे बोलून दाखवले होते. पण त्यात कौतुक किती आणि गर्भित प्रश्न किती हा एक वेगळाच विषय होता.

एकदा सालपेकर नंदिनीकडे आलेले असतानाच सुनयना आणि शंतनू आले. नंदिनीला मुलांशी बोलण्यासाठी मोकळेपणा मिळावा म्हणून सालपेकरांनी गप्पा आवरत्या घेऊन काढता पाय घेतला. ते गेल्याबरोबर जणू ठरवून आल्यासारखे सुनयनाने प्रश्नांच्या फैरी झाडायला सुरुवात केली. रोख अर्थातच सालपेकरांचे इथे घरी येणे, त्यांच्याबरोबर नंदिनीने बाहेर जाणे, एकंदर दोघांच्या संगठनावर होता. शंतनू सुनयनाला सबुरीने घ्यायला सांगायचा प्रयत्न करत होता. पण आज सुनयना जणू ठरवूनच आली होती आणि म्हणूनच तिने ध्रुवलाही आणले नव्हते. तरुण, अडनिड्या वयातल्या मुलीला जसे तिच्या वागण्यासाठी धारेवर धरावे, त्याप्रमाणे सुनयना नंदिनीला बोलत होती. नंदिनी तिला सांगायचा प्रयत्न करीत होती की ''आम्ही दोघंच नाही तर आम्ही चौघं एकत्र असतो. मी, सालपेकर, ज्योती पाटील आणि अशोक पाटील असा आमचा चौघांचा ग्रुप आहे. आम्ही समविचारी आहोत. आमचे इंटरेस्ट जुळतात.'' पण सुनयना काही ऐकून घेण्याच्या मन:स्थितीत नव्हती. तिने विचारले, ''अगं, काय विचार काय आहे तुझा? परत लग्नबिग्न करणारेस की काय त्यांच्याशी?''

''मग काय विचार ठरला तुझा? करणारेस ना लग्न माझ्याशी?'' सालपेकरांनी परत एकदा नंदिनीला विचारले. खरं तर हा प्रश्न सालपेकरांकडून येणार याचा नंदिनीला गेल्या काही महिन्यांत अंदाज आला होता. या

प्रश्नावर तिने खूप विचारही केला होता. तिच्या आयुष्यातल्या सर्व जबाबदाऱ्या तिने अगदी मनापासून आणि व्यवस्थित पार पाडल्या होत्या. सून म्हणून प्रत्येक कर्तव्य तिने केले होते. सासूबाई व सासरे यांची दोघांचीही मोठी आजारपणं तिने न कंटाळता काढली होती. सौरभचेही तिने जिवापाड केले होते. त्यामुळे मनाला टोचणी अशी काहीच नव्हती. एकुलती एक सुनयना! तिच्याही लग्नाला आता १० वर्षे होऊन ती पूर्णपणे मार्गी लागली होती. त्यामुळे नंदिनीला स्वतःचा विचार करायला काहीच हरकत नव्हती आणि श्रीपाद सालपेकर हे नक्कीच उत्तम जोडीदार होते. नंदिनीने घसा खाकरला, बोटांची चाळवाचाळव करीत ती म्हणाली, ''श्रीपाद, या क्षणाची मी खूपदा कल्पना केली. मनोमन रिहलसल्सही केल्या. पण तरी तो प्रत्यक्ष समोर आल्यावर जरा बावरून गेलेय. माझ्याकडून नीट उलगडून सांगायचा मी प्रयत्न करते. श्रीपाद, सौरभच्या संसारात मी दुःखी अशी कधीच नव्हते. तक्रार करावी असे काहीच नव्हते. तरी पण माझ्यातली नंदिनी तुम्ही खरी फुलवलीत. तुम्ही, एक व्यक्ती म्हणून माझ्याकडे पाहिलंत आणि मला नंदिनी म्हणून जगायला शिकवलंत. कित्येक छोट्या, छोट्या गोष्टीतले आनंद दाखवून दिलेत आणि कित्येक छोट्या छोट्या आनंदांनीच आयुष्य जगण्याचा दर्जा कसा उंचावयाचा असतो ते शिकवलंत. खूप खूप दिलं आहे तुम्ही मला. मुख्य म्हणजे तुम्ही मला स्वतंत्रपणे विचार करायला शिकवलंत आणि चुकीचे असतील तरी ते विचार 'माझे' म्हणून मांडायला शिकवलंत. श्रीपाद, तुमच्यापाशी मी जितकी खरी असते तितकी क्वचितच कधी आयुष्यात असेन. तुमच्याशी मी अगदी कुठल्याही विषयावर मोकळेपणाने बोलू शकते. इतकी मोकळी मी सौरभ तर राहोच; पण माझ्या कुणा बहीण, भावाशी, आईशी किंवा मैत्रिणीशीही होऊ शकले नाही. श्रीपाद, तुमच्याशी मी खोटं वागू शकत नाही आणि त्याच प्रामाणिकपणातून मी सांगते! आपण लग्न नको करूयात! माझ्या या निर्णयाने तुम्ही खूप दुखावले जाणार आहात, हे मला माहीत आहे. पण खरं सांगू, आता परत नव्याने जबाबदारीचे जू मानेवर घ्यावेसे नाही वाटत. मला पूर्णपणे माहीत आहे की आपले सहजीवन अत्यंत आनंदमय असेल. प्रत्येक क्षण आपण समरसून उपभोगू. पण खरं सांगू, आता आपण वार्धक्याकडे झुकतो

आहोत. तेव्हा दुखणी खुपणी ही आता अटळ असणार. आयुष्यात सासूबाई, सासरे आणि सौरभ तिघांचीही मोठी मोठी दुखणी मी काढली आहेत. खूप मनोभावे सेवा केली. परत त्या चक्रात मला नाही अडकायचे. आता या स्वातंत्र्याचीही चटक लागलीये. परत आता बंधनात अडकायला नको वाटतंय. मला माहितीय, कदाचित मलाच काही मोठे आजारपण येऊ शकते. तेव्हा मग मला कोण? तेव्हा मी एकटी पडेन? पण मग या माझ्या स्वातंत्र्याची ती किंमत आहे, असे मी समजेन. श्रीपाद, माझा हा स्वार्थीपणा फक्त तुम्हीच समजून घेऊ शकाल. या खात्री पोटीच मी अतिशय मोकळेपणाने तुमच्याशी हे बोलतेय.'' माझ्या खांद्यावर थोपटत, गळ्यात आलेला आवंढा गिळत सालपेकर निघून गेले होते.

आता ही मुलगी मला अशी दरडावून विचारतेय 'तू काय आता लग्न करणारेस की काय त्यांच्याशी?' गंमत म्हणजे माझ्या मनाची शांतता अजिबात ढळली नाही. पूर्वी जसं कुणाचाही आवाज चढला की नकळत माझ्या अंगाला थरकाप सुटायचा, तसं काहीच झालं नाही. मी शांतपणाने उठले आणि आमच्या तिघांसाठी कॉफी करायला ठेवली. कॉफी करता करता आठवत होते, किती कठीण गेलं सालपेकरांना माझा नकार पचवायला. मीही काही कमी डिस्टर्ब झाले नव्हते. पुढले काही दिवस सालपेकर फिरकलेच नाहीत, फोनही केला नाही. मी अस्वस्थपणे घरी बसून होते. एक दिवस पाटील पती-पत्नींना घरी बोलावून आमच्यात घडलेले सगळे सविस्तर सांगितले. त्यांनी ते अगदी शांतपणाने ऐकून घेतले. माझ्या आणि सालपेकरांच्या नात्यातील प्रत्येक वळणाला ते दोघे साक्षी होतेच. अतिशय संयमाने आणि मॅच्युअर्डली त्यांनी मधे काहीही ढवळाढवळ न करता आम्हाला सपोर्ट दिला होता. ही विचारांची परिपक्वता हाच मुळात आमच्या चौघांच्या मैत्रीचा पाया होता. त्यामुळे घडणारी प्रत्येक गोष्ट आम्ही चौघेही शेअर करत असू. काही दिवसांनंतर दोघाही पाटलांना घेऊन सालपेकर माझ्या घरी आले आणि म्हणाले ''खूप नाराज झालो होतो मी तुझ्यावर! अगदी ठरवून टाकलं होतं यापुढं नंदिनी चॅप्टर बंद!! पण मग लक्षात आलं, की प्रत्येक नात्याला कुठल्यातरी चौकटीत बसवण्याचा आपला अट्टहास का? आहे हे आत्ताचं नातं काय वाईट

आहे? अगदी तुझ्याचप्रमाणे स्वार्थी होऊन सांगायचं तर बायको म्हणून ना सही, पण मैत्रीण म्हणून तू मिळतेयस ना? ते का सोडू? जो आनंद आपण चौघे मिळून घेतो आहोत तो का सोडायचा? हो. आता काही काही वेळेला मनात तो विचार आला की होईल अडखळायला, पण चलता है, घ्याल तुम्ही सांभाळून! काय पाटील, खरं आहे ना?''

"हो तर! हा मधला किस्सा जणू घडलाच नाही असे समजून वागण्याचा आपण प्रयत्न करूयात. या प्रयत्नात तुम्हाला आमची दोघांची पूर्ण साथ आहे. काय नंदिनी, तुझं यावर काय म्हणणं आहे?'' श्रीयुत पाटीलांनी विचारले.

"मीही खूप डिस्टर्ब होते गेले काही दिवस. मनात उलट सुलट विचार येत होते. काय बरोबर, काय चूक काही कळतच नव्हते. सगळ्यात गंमत म्हणजे हे विचार तुम्हा तिघांशिवाय मी इतर कुणाशी बोलूही शकत नाही. म्हणजे परत मनातलं हे वादळ मी तुमच्याच आधारावर सोसायचंय. इतक्या वेळेला सालपेकराना फोन करावासा वाटला, पण मी स्वत:ला अडवलं. वाटलं लग्नाला नकार दिल्यावर त्यांच्या मैत्रीवर माझा अधिकार कसा काय उरतो? नुसते विचार, विचार आणि विचार!! बरं, अगदी नुसती मैत्री म्हटली तरी तिला भविष्य काय? ही अशी मैत्री किती काळ टिकू शकते?'' माझ्या या प्रश्नावर सालपेकरांनी मधेच मला थांबवले. म्हणाले,

"नंदिनी, जगात कुठल्याही गोष्टीला सुरुवात, मध्य आणि शेवट असतोच. ज्या क्षणी आपल्या चौघांपैकी कुणालाही असे वाटेल की आता आपल्या या मैत्रीच्या नात्यात मला स्वारस्य वाटत नाही किंवा याचं बंधन वाटू लागलंय किंवा इतर कुठल्याही कारणा-करता मला यातून बाहेर पडायचेय तेव्हा तो इतरांना हे सांगून बाहेर पडू शकतो. एकमेकांमधला मोकळेपणा हाच तर आपल्या मैत्रीचा पाया आहे आणि सगळ्यात महत्त्वाचं म्हणजे उद्या काय होईल, कसं होईल, ही मैत्री टिकेल की नाही? या चिंतेत आपण आपला आजचा आनंद का नासवायचा? आणि समजा, काही कारणांनी संपलीच ही मैत्री, तरी हे आत्ताचे आनंदाचे क्षण तर असतील ना आपल्या मनात कायम? ते तर कुणी काढून नाही घेऊ शकणार! तेव्हा पुढची काळजी सोडा आणि फक्त आज सेलिब्रेट करा!!''

कॉफीचे मग घेऊन मी बाहेर आले. सुनयना फुणफुणत होती आणि शंतनू तिला समजावीत होता. कॉफी पिता पिता मी शांतपणे बोलायला सुरुवात केली. "माझ्या वागण्यामुळे तुमच्या मनात हा प्रश्न येणं साहजिक आहे. तसंही सालपेकरांनी मला लग्नासाठी विचारलंही आहे. पण मी त्यांना नकार दिला आहे. आता परत नव्याने त्या नात्यांच्या गुंतावळ्यात अडकायला नको वाटतंय. आता ही complications नाही झेपणार! त्यामुळे सहा महिन्यांपूर्वीच या विषयावर मी पडदा टाकलाय.''

"अगं, पण मग तरी हा माणूस इथे आपल्या घरी का येतोय? आणि तूही त्यांच्याबरोबर बाहेर भटकत असतेस, असं माझ्या कानावर आलंय.''

"सुनयना, mind your language ! श्रीपाद सालपेकर हे माझे स्नेही आहेत. अगदी जवळचे मित्र आहेत. हो!! मित्रच आहेत. खरं तर पाटील पती पत्नी, सालपेकर आणि मी असा आमचा चौघांचा ग्रुप आहे. आमच्या आवडीनिवडी जुळतात. आम्ही एकमेकांची कंपनी enjoy करतो. पण काही कारणांनी जर पाटील पती पत्नीला यायला जमणार नसेल तर मग आम्ही तो प्रोग्रॅम कॅन्सल न करता दोघंच जातो. मग तो एखादा सिनेमा बघणं असो की एक्झिबिशन असो किंवा कुणाच्या तरी घरी बसून जुनी गाणी ऐकत कॉफी पीत गप्पा मारणं असो.''

"अगं आई, पण हे असं वागणं शोभतं का? लोकांचा काही विचार करशील की नाही?''

"सुनयना माझ्या ह्याच, म्हणजेच माझ्या पिढीच्या विचारांना तू आत्तापर्यंत बुरसटलेले म्हणून हिणवायचीस ना? लोकांसाठी आम्ही का मन मारायचं? वगैरे तुमचे विचार होते ना? मग आता? की 'आईसाठी' वेगळे नियम? आईला तिच्या प्रतिमेच्या चौकटीतून बाहेर यायला मज्जाव का? केवळ ती 'आई' आहे म्हणून? त्यातूनही मी तुला सांगते की 'लोक काय म्हणतील?' ही पर्वा मलाही आहे. तेव्हा कुठे कशी लक्ष्मणरेषा आखायची याचे मला पूर्ण भान आहे.''

इतका वेळ गप्प बसलेला शंतनू आता मधे पडला, म्हणाला "सुनयना, मला आईचं म्हणणं पटतंय. आपण या पिढीला आपला स्पीड गाठण्याकरता अक्षरशः फरफटवलं आहे. नवीन विचार, नवीन तंत्रज्ञान,

नवीन जीवनशैली त्यांच्या माथी मारत आहोत. त्यांना ते झेपतं आहे की नाही हे बघायलाही आपल्याला फुरसत नाहीये. पण मग असा एखादा प्रश्न आला की मात्र लगेच जुन्या नीतिनियमांची बंधने त्यांच्यावर टाकणे हे चूक आहे, असं नाही का वाटत तुला? मी तर म्हणेन, आत्ताच आईंना आपल्या भावनिक आधाराची खरी गरज आहे. तो आधार आपण त्यांना दिलाच पाहिजे. तुला मुलगी म्हणून हे पटायला थोडं अवघड आहे. पण आजपर्यंतच्या तुझ्या आयुष्यातल्या घटना आठव, की जेव्हा तुला भावनिक आधाराची गरज होती तेव्हा त्यांना तुझे डिसिजन पटो न पटो, आई तुझ्या पाठीशी उभ्या राहिल्या की नाहीत? now its your turn !"

तेवढ्यात टीपॉयवरचा माझा मोबाईल वाजला. स्क्रीनवर सालपेकरांचे नाव आले. ते पाहून शंतनूने फोन उचलला "हॅलो, नमस्कार सालपेकर, मी नंदिनीताईंचा जावई शंतनू बोलतोय. मुद्दाम फोन मी उचलला. या शनिवारी संध्याकाळी तुम्हाला वेळ आहे का? आपण एकत्र जेवायला जाऊ म्हणजे मग आपलीही एकमेकांशी ओळख होईल..."

❑❑

सुनीता ओगले यांचा जन्म आणि शिक्षण मुंबईचे. पोद्दार कॉलेजमधून कॉमर्सची पदवी घेतल्यानंतर लगेचच त्यांचा विवाह झाला आणि त्या पुण्यात वास्तव्याला आल्या. सुरुवातीच्या काळात पतीच्या व्यवसायात काम करीत असताना, तसेच प्रापंचिक जबाबदाऱ्यांबरोबरच त्या आपले छंदही जोपासत होत्या. संगीत आणि आशयघन वाचनाची आवड जोपासत असतानाच निरनिराळ्या नाटकांमधून अभिनय, सूत्रसंचालन अशा विविध क्षेत्रांत समरसून काम करू लागल्या. इंग्रजी सिनेमांची आवड जपताना इंग्रजी शिकण्याची ऊर्मी त्यांना स्वस्थ बसू देईना आणि त्यांनी Cambridge University चा Business English Certificate कोर्सही पूर्ण केला.

वडिलांकडून (कै. बी. के. देसाई) मिळालेला लिखाणाचा वारसा त्यांनी जाणीवपूर्वक जोपासला आणि विविध स्पर्धांमधून कथालेखनाची बक्षिसे मिळवली. साप्ताहिक 'सकाळ', 'विपुलश्री'- मधून त्यांच्या कथांना प्रसिद्धी मिळाली.

हॉलंड, स्पेन, जर्मनी, डेन्मार्क अशा युरोपियन देशांबरोबरच अमेरिका येथे त्यांनी व्यवसायानिमित्त प्रवास केला, तेथे काही काळ वास्तव्यही करून तेथील समाजजीवन जवळून बघताना अनुभवसमृद्धीही घेतली आहे.

CIK Consulting (India) Pvt. Ltd. आणि Omaya Cent Percent Systems Pvt. Ltd. या कंपन्यांच्या त्या संचालक आहेत.

या सर्वांबरोबर सामाजिक जबाबदारीचे भान ठेवून गेली १० वर्षे त्या रोटरी परिवारात वेगवेगळ्या सामाजिक उपक्रमांत भाग घेत आहेत.